ഗ്രീൻ ബുക്സ്

പഴമൊഴി പുതുമ

ശ്രീജിത് പെരുന്തച്ചൻ

പത്രപ്രവർത്തകൻ, എഴുത്തുകാരൻ.
കൊല്ലത്ത് ജനിച്ചു. എം.ജി.സർവകലാശാലയുടെ
സ്കൂൾ ഓഫ് ലെറ്റേഴ്സിൽനിന്നും
മലയാളത്തിൽ ബിരുദാനന്തരബിരുദം.
കേരളകലാമണ്ഡലം യുവകവികൾക്കു നൽകുന്ന
വള്ളത്തോൾ പുരസ്കാരം ലഭിച്ചു.
സാഹിത്യസംബന്ധമായ
നിരവധി ഗ്രന്ഥങ്ങൾ രചിച്ചിട്ടുണ്ട്.
കവിതകളിലൂടെയും ലിറ്ററി
ജേണലിസത്തിലൂടെയും സഞ്ചാരം.
ഇപ്പോൾ മലയാള മനോരമയുടെ
കോഴിക്കോട് യൂണിറ്റിൽ പത്രാധിപസമിതി അംഗം.

നാടോടിവിജ്ഞാനീയം

പഴമൊഴി പുതുമ

ശ്രീജിത് പെരുന്തച്ചൻ

ചിത്രീകരണം

സോമൻ കടലൂർ

ഗ്രീൻ ബുക്സ്

green books private limited
little road, ayyanthole, thrissur- 680 003
ph: 0487-2361038
website: www.greenbooksindia.com
e-mail: info@greenbooksindia.com

(malayalam)
pazhamozhi puthuma
(folklore)
by
sreejith perumthachan

first published october 2015
copyright reserved

illustrations : soman katalur
cover design : rajesh chalode

branches:
thrissur 0487-2422515
palakkad 0491-2546162
kannur 0497-2763038
Thiruvananthapuram 9846670899

isbn : 978-81-8423-448-0

no part of this publication may be reproduced, or transmitted in any form or by any means, without prior written permission of the publisher

GBPL/695/2015

മുഖക്കുറി

നമ്മുടെ കാർഷികസംസ്കാരം കടന്നുപോയ
കാലത്തിന്റെ വഴിയോരങ്ങളിൽനിന്ന്
വീണുകിട്ടിയ പഴമൊഴിമുത്തുകൾ.
നമ്മുടെ പൂർവ്വപിതാക്കൾ, അവരുടെ
ജീവിതപാരമ്പര്യങ്ങൾ, സാംസ്കാരിക
സ്വാധീനങ്ങൾ, ഉള്ളറിവുകൾ
എല്ലാം ചേർന്ന ഒരു അദ്ഭുതച്ചെപ്പാണ്
ഭാഷയിലെ ഓരോ പഴമൊഴിയും.
ഈ കൃതിയുടെ വലിയ പ്രാധാന്യം അതുതന്നെ.

കൃഷ്ണദാസ്
മാനേജിങ് എഡിറ്റർ

ഉള്ളടക്കം

പഴമൊഴി പൊരുൾ

പഴഞ്ചൊല്ലുകളെക്കുറിച്ചുള്ള പുസ്തകങ്ങൾക്ക് മലയാളത്തിൽ പഞ്ഞമില്ല. പക്ഷേ, അവയിലൊക്കെ കുറെ പഴഞ്ചൊല്ലുകൾ അടുക്കിവെച്ചിട്ടുണ്ടെന്നു മാത്രം. ഇനി ചില അപവാദങ്ങൾ ഉണ്ടെങ്കിൽത്തന്നെ അവ പലതും പഴഞ്ചൊല്ലുകളെക്കുറിച്ച് ഒന്നോരണ്ടോ വാക്കുകളാൽ അർത്ഥസൂചന നൽകുന്ന നിഘണ്ടുക്കളാണ്. ജീവിതവുമായി വളരെയേറെ ബന്ധമുള്ളതാണ് പഴഞ്ചൊല്ലുകളെങ്കിലും അവയിൽ പലതിന്റെയും ശരിയായ അർത്ഥം കേൾക്കുന്ന മാത്രയിൽ പിടികിട്ടണമെന്നില്ല. ആരോഗ്യവുമായും കൃഷിയുമായും ബന്ധപ്പെട്ട പല പഴമൊഴികളും കൂടുതൽ വിശദീകരണം ആവശ്യപ്പെടുന്നവയാണ്. അങ്ങനെ പഴമൊഴികളുടെ പൊരുൾ വായനക്കാർക്ക് വ്യക്തമാക്കി കൊടുക്കുക എന്ന ലക്ഷ്യത്തിൽ നിന്നാണ് ഇങ്ങനെയൊരു പുസ്തകം രൂപം കൊണ്ടത്.

മനോരമ ആരോഗ്യം മാസികയിലും മനോരമ ആഴ്ചപ്പതിപ്പിലും പ്രസിദ്ധീകരിച്ചതാണ് ഈ പഴമൊഴിക്കൂട്ടം. ഇത് പുസ്തക രൂപത്തിലാക്കാൻ അനുവാദം തന്ന മലയാളമനോരമയ്ക്ക് നന്ദി. പിന്നെ പല ഘട്ടങ്ങളിലായി ഇതിനു മാർഗനിർദ്ദേശങ്ങൾ നല്കിയ ഡോ. സി.കെ. രാമചന്ദ്രൻ, ഡോ. കെ. മാധവൻകുട്ടി, കോട്ടയ്ക്കൽ ആര്യവൈദ്യശാല ആസ്ഥാനത്തെ ഡോ.കെ.എം. മധുവാരിയർ, കോട്ടയം തിരുനക്കരെ അപ്പാവു വൈദ്യശാലയിലെ ഡോ. എം.എൻ. ശശിധരൻ, ഡോ. വൽസ കുമാർ പൊരുന്നംകോട്ട്, കരുനാഗപ്പള്ളി വൈദ്യരത്നം ഔഷധശാലയിലെ ഡോ. ഉണ്ണിക്കൃഷ്ണപിള്ള, ഗുരുവായൂർ ലിറ്റിൽ ഫ്ളവർ കോളേജ് അധ്യാപികയായിരുന്ന ഡോ. മോളി ജോസഫ് മാമ്പിള്ളി, ചിത്രങ്ങൾ വരച്ചു തന്ന കവിയും ചിത്രകാരനുമായ കാലിക്കറ്റ് യൂണിവേഴ്സിറ്റി സ്കൂൾ ഓഫ് ഫോക്‌ലോർ സ്റ്റഡീസ് അധ്യാപകൻ ഡോ. സോമൻ കടലൂർ, എഴുത്തുകാരനായ ഡോ. മുഞ്ഞിനാട് പത്മകുമാർ എന്നിവർക്കും നിസ്സീമമായ നന്ദി.

ശ്രീജിത് പെരുന്തച്ചൻ

ആഹാരമധ്യേ പാനീയം

ഭക്ഷണം കഴിക്കുന്നതിന്റെ തുടക്കത്തിൽ വെള്ളം കുടിച്ചാൽ അൽപ്പം ദഹനമേ നടക്കൂ. വെള്ളവുമായി ചേരുമ്പോൾ ദഹനരസങ്ങളുടെ കട്ടി കുറയുന്നതിനാലാണ് ഇത്. അധികം ഭക്ഷണം ഒഴിവാക്കാനായി, വണ്ണം കൂടുതലുള്ളവർ ഭക്ഷണം കഴിക്കുന്നതിന്റെ തുടക്കത്തിൽ വെള്ളം കുടിക്കാറുണ്ട്. ഭക്ഷണം കഴിച്ചു കഴിഞ്ഞ് മാത്രം വെള്ളം കുടിച്ചാൽ നന്നായി ദഹനം നടക്കും. കൂടുതൽ ഭക്ഷണം കഴിക്കുമെന്നതിനാൽ ചിലർ ഈ രീതി പിന്തുടരാറില്ല. എന്നാൽ ഭക്ഷണം കഴിക്കുന്നതിന്റെ മധ്യത്തിൽ വെള്ളം കുടിച്ചാൽ മിതമായ ദഹനമാണ് നടക്കുക. ആഹാരമധ്യേ പാനീയം എന്നത് ഇതിനെ കുറിക്കുന്നു. വ്യക്തികളുടെ ആരോഗ്യ സ്ഥിതി അനുസരിച്ച് അവർ സ്വീകരിക്കുന്ന രീതിയിൽ വ്യത്യാസം വരാം.

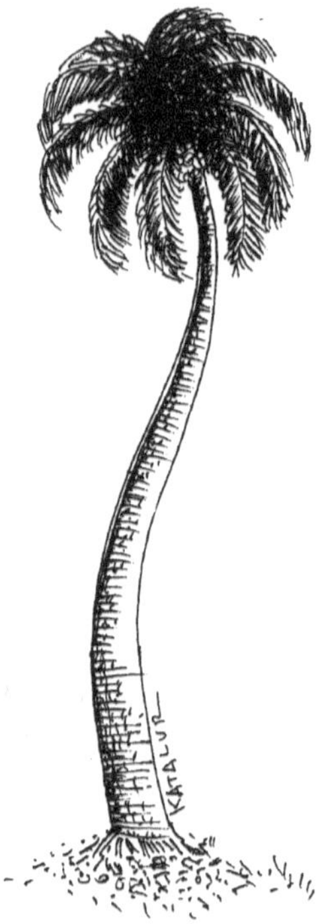

ഉപ്പിട്ട തെങ്ങിനൂറ്റമേറും

തെങ്ങിന് ക്ഷാരസ്വഭാവമുള്ള മണ്ണാണ് അനുയോജ്യം. അമ്ലത വേണ്ട. അതുകൊണ്ട് ചാരവും ഉപ്പുമാണ് നല്ലത്. കടലോരത്ത് തെങ്ങ് നന്നായി വളരുന്നത് അതുകൊണ്ടാണ്. പത്താമുദയത്തിന് അതായത് മേടം പത്തിന് തെങ്ങും മറ്റു വിത്തിനങ്ങളും നടുന്നത് നല്ലതാണെന്നാണ് പൊതുവെയുള്ള വിശ്വാസം. അന്ന് സൂര്യന് ശർക്കരക്കഞ്ഞി നിവേദിച്ച ശേഷം തെങ്ങിൻ തൈ നടുന്നവരുണ്ട്. പച്ചക്കറികളും മറ്റു വിത്തിനങ്ങളുമൊക്കെ നടാൻ പറ്റിയ ദിവസമാണിത്. ചിലർ മേടം ഒന്നിനും തെങ്ങ് നടും. പണ്ടുള്ളവർ അന്ന് സൂര്യന് ചുവന്ന പുഷ്പങ്ങൾ അർച്ചിക്കുകയും ചെയ്തുപോന്നു.

ഒരില വെട്ടിയാൽ ഒരു പടല പോയി

വാഴയില വെട്ടുന്നത് കുലയ്ക്ക് നന്നല്ല. ഇല വെട്ടിയാൽ കുലയിലറിയാം എന്നു പറയുന്നതും ഇതു കൊണ്ടുതന്നെ. ഇലകളാണല്ലോ സസ്യങ്ങൾക്ക് ഭക്ഷണം പാകം ചെയ്യുന്നത്. ഏതിനം വാഴയുടെ ഇല വെട്ടിയാലും വാഴയെ അതു ദോഷകരമായി ബാധിക്കും. എങ്കിലും മറ്റു വാഴകൾക്ക് ഉണ്ടാകുന്നത്ര കുഴപ്പം പാളയംകോടൻ, ആറ്റു കദളി (തോട്ടുകദളി) എന്നീ ഇനം വാഴകളുടെ ഇല വെട്ടുന്നതുകൊണ്ട് ഇല്ല. പൂജാദി കർമ്മങ്ങൾക്ക് പാളയംകോടന്റെ ഇലയോ പഴമോ ഉപയോഗിക്കാറില്ല. ആറ്റുകദളിക്ക് വലിയ ശ്രദ്ധവേണ്ട. വെള്ളമുണ്ടെങ്കിൽ ധാരാളമായി വളരും. ഇതിന്റെ പഴത്തിലാണ് ചിലപ്പോൾ കുരുമുളകിന്റെ വലിപ്പത്തിൽ കുരുപോലെ കാണപ്പെടുന്നത്.

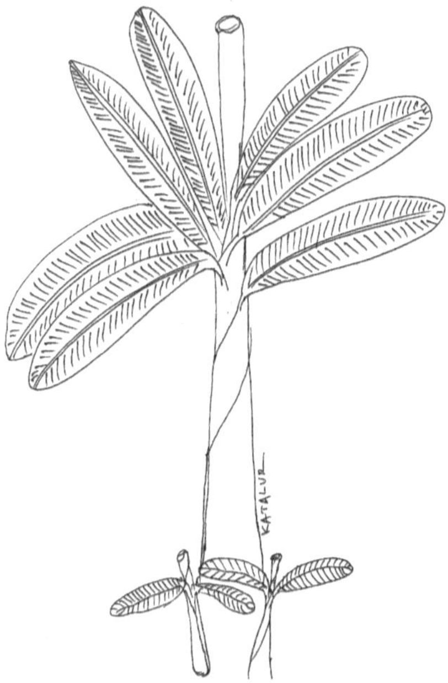

ചവിട്ടിയ കന്നിനൂറ്റമേറും

വാഴ കുലയ്ക്കുന്നതിന് കുറച്ച് മുൻപ് തന്നെ വാഴത്തൈ അതിനടുത്ത് വളർന്നു വരുമല്ലോ. അപ്പോൾ അതിനെ ചവിട്ടണമെന്നു പറയാറുണ്ട്. വാഴക്കുല ഏതാണ്ട് മുക്കാൽ വളർച്ച എത്തിക്കഴിഞ്ഞേ തൈകൾ ഇളക്കി നടാവൂ. വാഴത്തൈ വളരാൻ അനുവദിച്ചാൽ കുലയുടെ വലിപ്പം കുറയും എന്നു പറയാറുണ്ട്. എന്നാൽ നാം തൈയിൽ ചവിട്ടുന്തോറും കൂടുതൽ തൈകൾ ഉണ്ടാവുകയും ചെയ്യും. ചവിട്ടേറ്റ വാഴത്തൈ ഇളക്കിവെയ്ക്കുമ്പോൾ അതിന്റെ കിഴങ്ങ് വലുതായതിനാൽ ആ വാഴയും ആരോഗ്യമുള്ളതാകും.

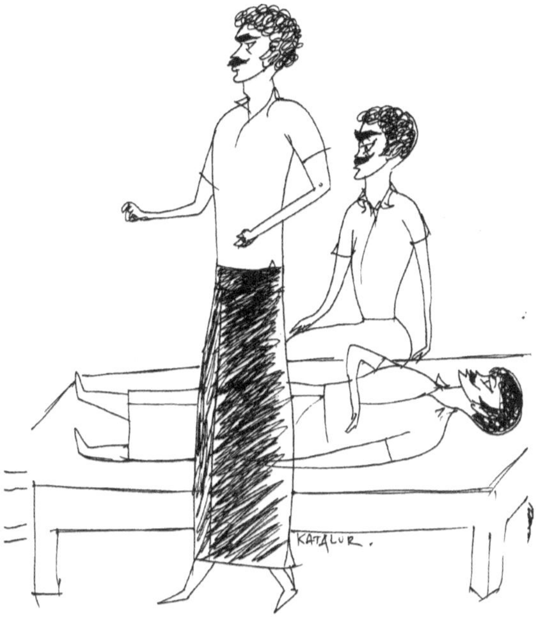

നടക്കുക ഇരിക്കുക കിടക്കുക

മസ്തിഷ്കം, വൃക്ക, ഹൃദയം, പാൻക്രിയാസ് തുടങ്ങിയവയുടെ സുഗമമായ പ്രവർത്തനത്തിന് നടത്തം സഹായകമാണ്. നടക്കുമ്പോൾ പാൻക്രിയാസിന്റെ കർമശേഷി വർദ്ധിക്കുന്നതു വഴി പ്രമേഹം നിയന്ത്രിക്കാം. മാംസപേശികൾക്കിടയിലും ത്വക്കിനടിയിലും രക്തക്കുഴലുകളിലും അടിഞ്ഞുകൂടുന്ന ദുർമേദസ്സിനെ ഇല്ലാതാക്കാൻ നടത്തം ഉപകരിക്കും. രോഗപ്രതിരോധശക്തി കൂട്ടാനും നടത്തം നന്ന്. അമിത ഭക്ഷണവും അധ്വാനമില്ലായ്മയും കാരണം ഉണ്ടാവുന്ന ശരീരത്തിലെ പൊരുത്തക്കേടുകൾ ക്രമീകരിക്കാനും നടക്കുന്നത് നല്ലതാണ്. നടന്നുവന്ന ഉടനെ കുറച്ച് വിശ്രമിക്കണം. പിന്നെ വേണമെങ്കിൽ കിടക്കാം. ഇരിക്കുന്നതിനു മുമ്പ് കാൽ നീട്ടരുത്, അതായത് ഒരു കാര്യത്തിനിറങ്ങുന്നത് എടുത്തടിച്ചാവരുത് എന്ന അർത്ഥത്തിലും ഈ പഴമൊഴി പ്രസക്തമാണ്.

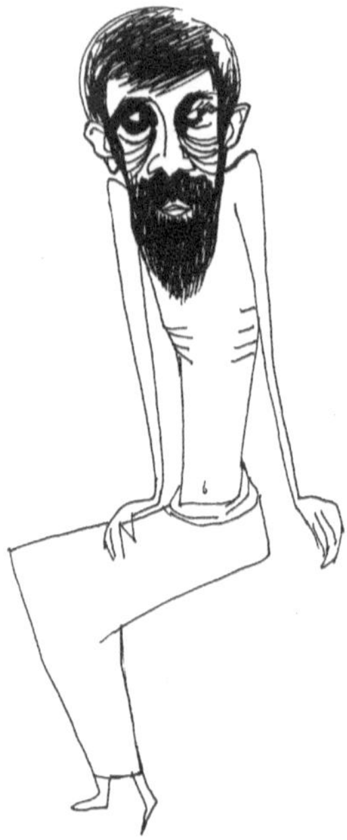

ദാരിദ്ര്യം നല്ല കൺമഷി

ചിലരുടെ കൺതടങ്ങളിൽ കറുത്ത പാട് പ്രത്യക്ഷപ്പെടാറുണ്ടല്ലോ. അതിനെയാണ് പഴമൊഴിയിലെ കൺമഷി കൊണ്ട് അർത്ഥമാക്കുന്നത്. രക്തപ്രവാഹം കുറയുമ്പോൾ കൺതടങ്ങളിൽ കറുപ്പുണ്ടാകാറുണ്ട്. മനഃപ്രയാസം, ദാരിദ്ര്യം, പോഷകക്കുറവ്, ഉറക്കമില്ലായ്മ എന്നിവ ഇതിലേക്ക് നയിക്കാം. വിഷാദം വരുമ്പോൾ ശരീരം ക്ഷീണിക്കും. മനഃപ്രയാസം ഉണ്ടാകുമ്പോഴോ ആകുലതകൾ അധികമായാലോ രക്തപ്രവാഹം കുറയാനിടയുണ്ട്. രക്തക്കുറവുണ്ടെങ്കിൽ കൺതടങ്ങൾപോലെ ശരീരത്തിലെ വളരെ ലോലമായ സ്ഥലങ്ങളിൽ കൂടുതൽ പ്രകടമാവും. ചിന്ത, പ്രവൃത്തി, ഭക്ഷണം എന്നിവയുടെ താളക്രമം തെറ്റിയാൽ കൺതടങ്ങളേയും ബാധിക്കും. ചിലരുടെ കണ്ണിന്റെ കൃഷ്ണമണിക്ക് ചുറ്റും വിളറിയ നിറമായിരിക്കും. പോഷകക്കുറവാണ് ഇതിനു കാരണം.

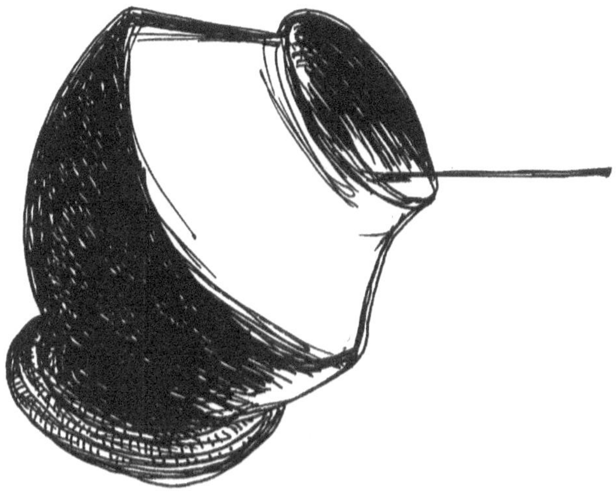

പഴഞ്ചോറിന്റെ നിഴലിലിരുന്നാൽ അച്ചിക്കും മയക്കം വരും

വീടുകളിൽ ബാക്കി വന്ന ചോറ് പണ്ട് കളയാറില്ലായിരുന്നു. ഒരു മൺകലത്തിൽ വെള്ളമൊഴിച്ച് വച്ചിരിക്കും. പിറ്റേന്ന് രാവിലെ വെറും വയറ്റിൽ ഇത് കാന്താരി മുളകും കൂട്ടിച്ചേർത്ത് കഴിച്ചിട്ടാണ് എല്ലാവരും ഓരോ ജോലിയിൽ ഏർപ്പെട്ടിരുന്നത്. പഴഞ്ചോറിന്റെ നിഴലിലിരുന്നാൽ അച്ചിക്കും മയക്കം വരും എന്ന പഴമൊഴി കൊണ്ട് ഉദ്ദേശിക്കുന്നത് പഴഞ്ചോറ് കഴിച്ചാൽ വേഗം ഉറങ്ങിപ്പോവും, അതുകൊണ്ട് അത് കഴിക്കരുത് എന്നല്ല.

തലേന്നു വെള്ളത്തിലിട്ടുവെച്ച ആഹാരമാണല്ലോ പഴഞ്ചോറ്. അതിന് സ്വാഭാവികമായും ശീതവീര്യം അതായത് തണുപ്പ് കൂടും. ഇത് വയറ്റിൽ ചിലപ്പോൾ ചെറിയ രീതിയിൽ സ്തംഭനാവസ്ഥയ്ക്കിടയാക്കും. പഴഞ്ചോറ് കഴിച്ച ചിലരുടെ വയർ സ്തംഭിച്ചിരിക്കുന്നതിനെയാണ് മയക്കം എന്നതുകൊണ്ട് ഉദ്ദേശിക്കുന്നത്. അവനെ കണ്ടോ പഴഞ്ചോറ് കഴിച്ചതു

പോലെയുണ്ട് എന്ന് പറയുന്നത് അയാളുടെ മുഖത്ത് ഒരു മന്ദത തോന്നുന്നതിനാലാണ്. പഴഞ്ചോറ് ഗുരുത്വം കൂടിയ, അതായത് ദഹിക്കാൻ കൂടുതൽ സമയം വേണ്ടി വരുന്ന ഭക്ഷണമാണ്. അതുകൊണ്ട് വെറും വയറ്റിൽ പഴഞ്ചോറ് കഴിച്ചിട്ട് കഠിനമായി അദ്ധ്വാനിക്കുന്നതായിരുന്നു പണ്ട് നാട്ടിൻ പുറങ്ങളിലെ പതിവ്. പഴഞ്ചോറ് കഴിച്ചിട്ട് വെറുതെ ഒരിടത്തിരുന്നാൽ വീട്ടിൽ ധാരാളം ജോലികൾ ചെയ്തുതീർക്കാനുള്ള സ്ത്രീകൾക്കുവരെ ഉറക്കം വരും എന്നു സാരം. അതുകൊണ്ട് പഴഞ്ചോറ് കഴിക്കുന്നതൊക്കെ കൊള്ളാം. പക്ഷേ നന്നായി അദ്ധ്വാനിക്കുകയും വേണം. പഴഞ്ചോറ് പോഷക സമൃദ്ധമാണ്. വിറ്റാമിൻ ബി കോംപ്ലക്സ് പഴഞ്ചോറിൽ ധാരാളമായി അടങ്ങിയിട്ടുണ്ട്.

ചോറ് തലേന്ന് വെള്ളം ഒഴിച്ചു വച്ചാൽ പിറ്റേന്ന് കാലത്തു തന്നെ കഴിക്കണം. അപ്പോൾ അത് ചെറുതായി പുളിച്ചിരിക്കും. സമയം കഴിയുന്തോറും പുളി കൂടി കഴിക്കാൻ കഴിയാതാകും. ചോറ് പുളിക്കുന്നതാണല്ലോ പഴഞ്ചോറ്. അപ്പോൾ പഴഞ്ചോറിൽ യീസ്റ്റിന്റെ അംശമുണ്ടാകും. യീസ്റ്റ് വളരുന്നതോടെ കുറച്ചു കൂടി പോഷകാംശങ്ങളും വിറ്റാമിനുകളും അതിൽ ഉൾച്ചേരും. തൈരൊഴിച്ച് കഴിക്കുന്നതോടെ തൈരിലെ ലാക്ട്രിക് ആസിഡും ശരീരത്തിലെത്തും.

പോഷകാംശങ്ങൾ കൂടിയ ഒരു തരം കഞ്ഞിയായി പഴഞ്ചോറിനെ കണക്കാക്കാം. പണ്ട് ഗർഭിണികൾക്ക് വീട്ടിലെ പ്രായമായവർ തൈരൊഴിച്ച് പഴഞ്ചോറ് നൽകുമായിരുന്നു. ഇവർ പ്രസവിക്കുന്ന കുഞ്ഞിന് വളരെയധികം മാർദ്ദവമുള്ളതും സമൃദ്ധവുമായ മുടിയുണ്ടാകും എന്ന നാട്ടറിവാണ് ഇതിനു കാരണം. തൈര് മുടിയുടെ ആരോഗ്യത്തെ സഹായിക്കുന്നുണ്ട്.

ജാതി ചെന്നാൽ വ്യാധി പുറത്ത്

ജാതി മികച്ച ഒരു സുഗന്ധദ്രവ്യം എന്നതിലുപരി വളരെയേറെ ഔഷധഗുണങ്ങൾ ഉള്ളതുമാണ്. കുഞ്ഞുങ്ങൾക്ക് തേനും വയമ്പും കൊടുക്കുന്നതിനൊപ്പം ജാതിക്കയും അരച്ചുകൊടുക്കാറുണ്ടല്ലോ. വയർ സംബന്ധമായ അസുഖങ്ങൾ വരാതിരിക്കാനാണിത്. കുഞ്ഞുങ്ങൾക്കുള്ള ഉരമരുന്ന് ഗുളികയിലും ജാതിക്ക അടങ്ങിയിട്ടുണ്ട്. ആമാശയ- കുടൽ രോഗങ്ങൾക്ക് സിദ്ധൗഷധമാണ് ജാതി. അതിസാരം, വാതം, കഫം എന്നിവയേയും ഇല്ലാതാക്കാൻ ഇതിനു കഴിവുണ്ട്. വിഷൂചിക(കോളറ) ചികിത്സയ്ക്കും ജാതിക്ക ചേർന്ന മരുന്നുകൾ ഫലപ്രദമാണ്. സന്ധിവേദനയ്ക്ക് ജാതിക്ക അരച്ചു പുരട്ടാറുണ്ട്. ആമാശയ- കുടൽ രോഗങ്ങൾക്കുള്ള ഭുക്താഞ്ജരി ഗുളിക, ജാതിലവംഗാദി ചൂർണ്ണം എന്നിവയിലെല്ലാം ജാതിക്ക ചേർന്നിട്ടുണ്ട്.

തിരുവാതിര തിരി മുറിയാതെ

തിരുവാതിര ഞാറ്റുവേലയ്ക്ക് ഇടതടവില്ലാതെ മഴ പെയ്യും എന്നാണ് ഈ പഴമൊഴിയുടെ അർത്ഥം. ഒരു നക്ഷത്ര മണ്ഡലത്തിലേക്ക് സൂര്യൻ കേന്ദ്രീകരിച്ചുവരുന്ന ദിവസമാണ് ഞാറ്റുവേല. അശ്വതി മുതൽ രേവതി വരെ 27 നക്ഷത്രങ്ങളുള്ളതിനാൽ 27 ഞാറ്റുവേലകൾ ഉണ്ട്. മിഥുനമാസത്തിലാണ് തിരുവാതിര ഞാറ്റുവേല എന്നതിനാൽ മിഥുനത്തിൽ ഇടവേളയില്ലാതെ മഴ കിട്ടും. കാർഷിക വൃത്തിയെ പ്രധാനമായും നിയന്ത്രിക്കുന്നതാണ് തിരുവാതിര ഞാറ്റുവേല. ഞാറ്റുവേലകളിൽ ഏറ്റവും പ്രധാനവും അതാണ്. തിരുവാതിരയ്ക്ക് തിരുമുറ്റത്തും തുപ്പാം എന്നു പറയാറുണ്ട്. വീടിന്റെ മുറ്റത്ത് നമ്മളാരും തുപ്പാറില്ലല്ലോ. പക്ഷേ തിരുവാതിര ഞാറ്റുവേലക്കാലത്ത് കനത്ത മഴ പെയ്ത് മുറ്റം വെടിപ്പാകും എന്ന അർത്ഥത്തിലാണ് ഇങ്ങനെ പറയുന്നത്.

പുണർതത്തിൽ പുണർന്നു കിടക്കണം

മിഥുനം-കർക്കിടകം മാസങ്ങളിലാണ് പുണർതം ഞാറ്റുവേല. മീന ച്ചൂടിനെ അൽപ്പം തണുപ്പിക്കാൻ മേടം-ഇടവം മാസങ്ങളിൽ ഇടമഴ പെയ്യാ റുണ്ട്. ഇക്കാലത്ത് മഴ വരാം വരാതിരിക്കാം. പുണർതം ഞാറ്റുവേല ക്കാലത്ത് കാറ്റും മഴയും തണുപ്പും ഉണ്ടാവും. നല്ല കുളിരുള്ള കാല മാണത്. പുണർതത്തിൽ പോത്തുംപുറത്തും പുല്ലു മുളയ്ക്കും, പുളിന്തോണി മറിക്കും പുണർതം എന്നീ ചൊല്ലുകൾ പുണർതത്തിലെ മഴയെയും കാറ്റിനെയും കുറിക്കുന്നു. പണ്ട് തോണി നിർമ്മിക്കുക പുളി മരം കൊണ്ടായിരുന്നു. പുണർതത്തിലെ കാറ്റും മഴയും തോണിപോലും മറിച്ചിടും എന്നർത്ഥം. നന്നായി പണിയെടുക്കുന്നവരും തണുപ്പുമൂലം അക്കാലത്ത് എട്ടോ പത്തോ ദിവസം വിശ്രമിക്കാറുണ്ട് എന്ന അർത്ഥത്തി ലാണ് പുണർതത്തിൽ പുണർന്നു കിടക്കണം എന്നു പറയുന്നത്.

ചോതി വർഷിച്ചാൽ ചോറ്റിൽ പഞ്ഞമില്ല

ചോതി ഞാറ്റുവേല വരുന്നത് ഏതാണ്ട് തുലാം മാസത്തിലാണ്. ആ ദിവസം മഴ പെയ്താൽ നല്ല വിളവു കിട്ടും എന്ന അർത്ഥത്തിലുള്ള പഴമൊഴിയാണിത്. രണ്ടാം വിളവാണ് ചോതിയിൽ കിട്ടുന്നത്. ഒന്നാം വിളവ് മിഥുനത്തിലെ ഞാറ്റുവേലയോടെ കിട്ടും. മുണ്ടകൻ കൃഷിയാണ് മിഥുനത്തിലെ ഞാറ്റുവേലയിൽ പ്രധാനം. ചോതി ഞാറ്റുവേലക്കാലത്ത് വിരിപ്പു കൃഷിയിൽ കൂടുതൽ വിളവ് കിട്ടും. ഓരോ ഞാറ്റുവേലക്കാലത്തെ മഴ നിമിത്തം ഓരോ ഗുണഫലമാണ് ഉണ്ടാവുക. പൂയത്തിൽ മഴ പെയ്താൽ പുല്ലും നെല്ല് എന്ന് പറയാറുണ്ടല്ലോ. പൂയം ഞാറ്റുവേലയിൽ മഴ പെയ്താൽ കൃഷിയിൽ കള കൂടുതലാവും എന്നതിനാലാണ് ഇങ്ങനെ പറയുന്നത്.

പഥ്യം പിഴച്ചാൽ ഔഷധം പിഴയ്ക്കും

പഥ്യം എന്നു കേട്ടാലുടൻ അത് ആയുർവേദത്തിലേയുള്ളൂ എന്നു കരുതരുത്. വൃക്കരോഗി അധികം വെള്ളം കുടിക്കരുത്, കൊളസ്ട്രോൾ ഉണ്ടെങ്കിൽ എണ്ണയും കൊഴുപ്പും കൂടിയ ഭക്ഷണം നിയന്ത്രിക്കണം, കരൾവീക്കം ബാധിച്ചവർ വറുത്തതും പൊരിച്ചതുമായ ഭക്ഷണം കഴിക്കരുത് എന്നൊക്കെ ആധുനിക വൈദ്യശാസ്ത്രം നിർദ്ദേശിക്കുന്നതും പഥ്യം തന്നെ. പഥ്യം തന്നെയാണ് ഔഷധം എന്നുപോലും പറയാറുണ്ട്. പഥ്യം കൃത്യമായി പാലിച്ചാൽത്തന്നെ രോഗം കുറയും എന്ന അർത്ഥത്തിലാണിത്.

പല സസ്യങ്ങളിൽ നിന്നും കൂടുതലായി ശുദ്ധീകരിച്ച് എടുക്കുന്ന ഔഷധങ്ങൾ നൽകുമ്പോൾ ആയുർവേദത്തിൽ പഥ്യം കർശനമാണ്. കൊടുവേലി ശുദ്ധീകരിച്ച് എടുക്കുന്ന നിരവധി ഔഷധക്കൂട്ടുകൾ ആയുർവേദത്തിലുണ്ട്. മരോട്ടിയെണ്ണയിൽ നിന്നെടുക്കുന്ന തൂവരക തൈലം, ഗുൽഗുലു ചേർത്ത ഔഷധങ്ങൾ, ചേർക്കുരു ശുദ്ധിചെയ്ത് നിർമ്മിക്കുന്ന ഔഷധങ്ങൾ എന്നിവ ഉദാഹരണം. ഗുൽഗുലു ചേർത്ത് നിർമ്മിക്കുന്ന ഔഷധങ്ങൾക്ക് രൂക്ഷത കൂടുതലാണ്. അത് സേവിക്കുമ്പോൾ രൂക്ഷ ഭക്ഷണം കഴിച്ചാൽ ഫലം പ്രതികൂലമാകും. ലഘുവും സ്നിഗ്ധവുമായ ആഹാരമേ ഇക്കാലത്ത് പാടുള്ളൂ. മരുന്നിന്റെ തീക്ഷ്ണത കുറയ്ക്കുന്ന ഭക്ഷണം കഴിച്ചില്ലെങ്കിൽ ഉള്ള രോഗം കലശലാവുകയും മറ്റൊരു രോഗത്തിന് അത് കാരണമാവുകയും ചെയ്യും. വാതം, പിത്തം, കഫം എന്നീ ത്രിദോഷങ്ങൾക്കനുസരണമായി ഉണ്ടാവുന്ന രോഗങ്ങൾക്ക് ആ ദോഷകോപങ്ങളെ വർദ്ധിപ്പിക്കുന്ന ഭക്ഷണം അരുത്. ഋതുജന്യമായ രോഗങ്ങൾക്ക് അതിന് അനുസൃതമായ ഭക്ഷണമേ പാടുള്ളൂ. വർഷകാലത്ത് ചൂടുള്ള ആഹാരം ഉപയോഗിക്കണമെന്ന് നിഷ്കർഷിക്കുന്നത് തന്നെ ഇതിനു തെളിവാണ്.

രക്തവാതം തുടങ്ങിയ വാതജന്യമായ രോഗങ്ങൾക്കും ത്വക് രോഗങ്ങൾക്കും ഗുലുഗുലുതിക്തകം നെയ്യ് സേവിക്കുമ്പോൾ കർശനമായ പഥ്യമുണ്ട്. കാറ്റേൽക്കുക, വെയിൽകൊള്ളുക, പകൽ ഉറങ്ങുക, ഉഷ്ണവീര്യം

കൂടിയ ആഹാരങ്ങൾ കഴിക്കുക, പച്ചമോര്, തൈര്, എരിവും പുളിയും തുടങ്ങിയവയൊക്കെ ഇക്കാലത്ത് വർജിക്കണം.'പഥ്യത്തിനാസ്വാദ്യത ആദ്യത്തിലല്ലന്ത്യത്തിൽ' എന്ന് മറ്റൊരു പഴമൊഴിയുണ്ട്. പഥ്യം പാലിക്കുന്നത് ദുഷ്ക്കരമാണെങ്കിലും അതിന്റെ കാലാവധി കഴിയുമ്പോൾ രോഗശമനം മൂലം ശരീരത്തിനുണ്ടാകുന്ന ആശ്വാസം പറഞ്ഞറിയിക്കാനാവില്ല എന്നത്രേ ഇതിന്റെ സാരം.

അഷ്ടാംഗ ഹൃദയത്തിൽ പഥ്യത്തിന്റെ കാഠിന്യം എടുത്തു കാട്ടുന്ന ഭാഗങ്ങളിലൊന്ന് രസായനപ്രകരണത്തിലെ കുടിപ്രവേശിക വിധിയാണ്. ച്യവനമഹർഷി വീണ്ടും യൗവനയുക്തനായത് ഈ വിധിപ്രകാരമാണ്. പ്രത്യേകമായി ഒരു കുടിൽ നിർമ്മിച്ച് അതിനുള്ളിലാണ് ചികിത്സ. എവിടെയാണ് കുടിൽ നിർമ്മിക്കേണ്ടതെന്നും പരിസരം എങ്ങനെയുള്ളതാവണമെന്നുമൊക്കെ അതിൽ നിഷ്ക്കർഷിക്കുന്നു. വൈദ്യനെയും പരിചാരകരെയുമല്ലാതെ മറ്റാരെയും രോഗി കാണാൻ കൂടി പാടില്ല. ച്യവനപ്രാശം മാത്രമാണ് ആഹാരം. രോഗിക്ക് മറ്റൊരു ചിന്തയോ മറ്റ് ഓർമ്മകളോപോലും അരുത്. സ്വപ്നത്തിൽ പോലും മറ്റു ചിന്തകൾ നിഷിദ്ധം. ചികിത്സ ഫലിച്ചാൽ നഖവും, മുടിയും കൊഴിഞ്ഞ് പുതിയത് വരുമെന്നും പുതിയ ചർമ്മം രൂപപ്പെടുമെന്നും കുടിപ്രവേശികവിധിയിലുണ്ട്.

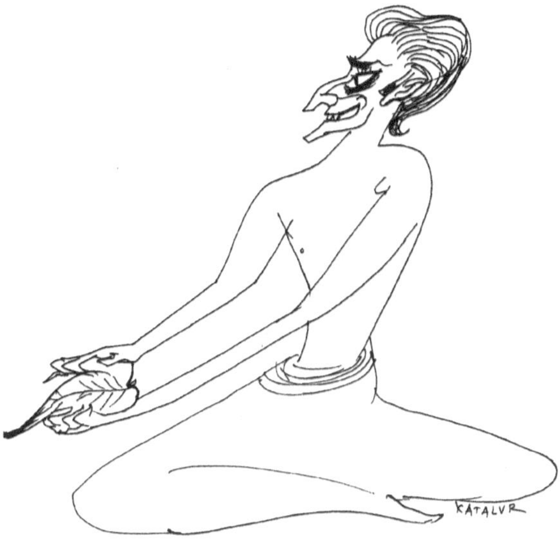

വെറ്റിലയുടെ മൂക്കരുത്
അടയ്ക്കയുടെ മൊരിയരുത്
പുകയിലയുടെ പൊടിയരുത്
നൂറേറരുത്

ആരോഗ്യത്തിന് ഹാനി വരാതെ എങ്ങനെ വെറ്റില മുറുക്കാം എന്നതിനെക്കുറിച്ചുള്ള പഴമൊഴിയാണ് വെറ്റിലയുടെ മൂക്കരുത്, അടയ്ക്കയുടെ മൊരിയരുത്, പുകയിലയുടെ പൊടിയരുത്, നൂറേറരുത് എന്നത്. വളരെ സൂക്ഷിച്ചു നോക്കിയാൽ മാത്രം വെറ്റിലയിൽ കാണുന്ന ജീവിയാണ് വെറ്റിലപ്പാമ്പ്. പച്ച നിറത്തിൽ വെറ്റിലയുടെ ഞരമ്പുകളോടു ചേർന്ന് മൂന്നിഞ്ച് നീളത്തിലിരിക്കുന്ന ഇവ ഒറ്റനോട്ടത്തിൽ കണ്ണിൽപ്പെടില്ല. ഒരു നൂലിന്റെ വലിപ്പം പോലും ഉണ്ടാവില്ല. അതുകൊണ്ട് വെറ്റിലയുടെ ഞെട്ടും ഞരമ്പും തുമ്പും നീക്കം ചെയ്തേ മുറുക്കാവൂ. പിന്നീട് നൂറ്(ചുണ്ണാമ്പ്) തേയ്ക്കുമ്പോൾ ഇതിന്റെ ശല്യം ഇല്ലാതാവും. വെറ്റിലപ്പാമ്പ് ഉള്ളിൽ ചെന്നാൽ ഛർദി, തലകറക്കം തുടങ്ങിയവ ഉണ്ടാവാം.

മുകളിൽ മൊരിഞ്ഞിരിക്കുന്നത് ചുരണ്ടിക്കളഞ്ഞ് വേണം അടയ്ക്ക ഉപയോഗിക്കാൻ. അല്ലെങ്കിൽ മുറുക്ക് വിരസമാകും. വെറ്റില മുറുക്ക് വായിലും തൊണ്ടയിലുമുള്ള അർബുദത്തിന് കാരണമാവുന്നത് പുകയില ചേർത്ത് മുറുക്കുന്നതുകൊണ്ടാണ്. അടയ്ക്ക അമിതമായാലും ദോഷം ചെയ്യും. ആരോഗ്യകരമായ മുറുക്കിൽ പുകയിലയ്ക്ക് സ്ഥാനമില്ല. അതു കൊണ്ടാണ് പുകയിലയുടെ പൊടി പോലും അരുത് എന്നു പറയുന്നത്. പുകയിലക്കഷായം കീടനാശിനിയാണ്. അത് ഉള്ളിൽ ചെന്നാൽ താംബൂല ത്തിന്റെ ഗുണങ്ങളെ പ്രതികൂലമായി ബാധിക്കും. നൂറ് ഏറരുത് എന്നു വച്ചാൽ ചുണ്ണാമ്പ് അധികമാവരുത് എന്നു ചുരുക്കം. അത് വായിൽ പൊള്ള ലുണ്ടാക്കും.

രോഗങ്ങളെ അകറ്റിനിർത്താൻ മറ്റു പല ദ്രവ്യങ്ങളും താംബൂല ക്കൂട്ടിൽ ഉൾപ്പെടുത്തണമെന്നാണ് പ്രമാണം. ജാതിക്ക, അംഗോലക്ക, ഇല വർങം, തക്കോലം, പച്ചക്കർപ്പൂരം, ഏലയ്ക്ക എന്നിവയാണവ. താംബൂല ദ്രവ്യങ്ങൾ തുല്യ അളവിലെടുത്ത് നല്ലതുപോലെ ചവച്ച് തുപ്പണം. വെറ്റില മുറുക്ക് കഫത്തെയും വാതത്തെയും ശമിപ്പിക്കും. പക്ഷേ, മുറുക്കാൻ ദീർഘനേരം ചവച്ചാൽ ശരീരം മെലിയും, പിത്തം വർധിക്കും, രക്തവാത സംബന്ധിയായ രോഗങ്ങൾക്കിടയാക്കും. അടയ്ക്ക ചിലപ്പോൾ തലചുറ്റ ലിന് ഇടയാക്കും. അത് ഒഴിവാക്കാനാണ് നീറ്റടയ്ക്ക ഉപയോഗിക്കുന്നത്. വളരെക്കാലം വെള്ളത്തിലിട്ട അടയ്ക്കയാണ് നീറ്റടയ്ക്ക.

വെളുക്കാൻ തേച്ചത് പാണ്ടായി

ചർമ്മ സംരക്ഷണത്തിന് വിവിധ ലേപനങ്ങൾ പരീക്ഷിക്കുന്നവർ ജാഗ്രത പാലിക്കണമെന്ന അർഥത്തിൽ ഈ പഴമൊഴി ഉപയോഗിക്കാറുണ്ട്. എന്നാൽ ഒരു രോഗത്തിന് ചികിത്സിച്ച് ആ രോഗം മാറാതിരിക്കുകയും ഒപ്പം മറ്റൊരു രോഗം കൂടി വരികയും ചെയ്യുന്ന അവസ്ഥയിലും ഈ പഴമൊഴിക്ക് പ്രാധാന്യമുണ്ട്. ഉദാഹരണത്തിന് ആമവാതം ബാധിച്ച യാളെ ചികിത്സിക്കുമ്പോൾ രോഗിയുടെ ആമാവസ്ഥ മാറ്റിയ ശേഷം മാത്രമേ വാതചികിത്സയിലേക്ക് വൈദ്യൻ കടക്കാവൂ. ആമവാതത്തിന് മഹാരാസ്നാദി കഷായം ആദ്യം തന്നെ രോഗിക്ക് നൽകിയാൽ വേദ നയും നീരും കലശലായി രോഗി കൂടുതൽ സ്തംഭനാവസ്ഥയിലെത്തി ച്ചേരും.

ഉദാഹരണത്തിന് സോറിയാസിസ് ഒന്നോ രണ്ടോ ദിവസം കൊണ്ട് ഒരാളെ ബാധിക്കുന്നതല്ല. അനേക കാലങ്ങളായി അയാൾ കഴിക്കുന്ന ഭക്ഷണത്തിലെ പൊരുത്തക്കേടുകളാണ് ഏതൊരാളെയും ഇത്തരം രോഗ ങ്ങളിലേക്ക് നയിക്കുന്നത്. ഇത്തരം രോഗികളുടെ പൂർവചരിത്രം പരിശോ ധിച്ചാൽ അത് വ്യക്തമാവും. മൽസ്യം കഴിച്ചതിനു തൊട്ടുപിന്നാലെ പാൽ കുടിക്കുന്നവരും, ഇറച്ചിയും തൈരും ഒന്നിച്ച് കഴിക്കുന്നവരുമൊക്കെ അക്കൂട്ടത്തിലുണ്ടാവും. രോഗിയുടെ ഇത്തരം വിരുദ്ധ ഭക്ഷണശീലങ്ങളും മറ്റും പരിശോധിച്ച് മനസ്സിലാക്കാതെ ആദ്യം തന്നെ സോറിയാസിസിന് ചികിത്സ തുടങ്ങിയാൽ അത് മറ്റു പല രോഗങ്ങൾക്ക് വഴിവയ്ക്കും. വെളു ക്കാൻ തേച്ചത് പാണ്ടാവും.

ഇനി പഴമൊഴിയുടെ ചർമസംരക്ഷണ സംബന്ധിയായ വശങ്ങളിലേക്ക് കടക്കാം. സൗന്ദര്യവർദ്ധനവിന് നാം ഉപയോഗിക്കുന്ന ലേപനങ്ങളിലധി കവും മുഖത്ത് തേയ്ക്കാനുള്ളതാണല്ലോ. മറ്റ് ചർമ്മഭാഗങ്ങളേക്കാൾ മൃദുല മായ കോശങ്ങളാണ് മുഖത്തുള്ളത്. സൗന്ദര്യ വർദ്ധക ലേപനങ്ങളിൽ മിക്കതും തയ്യാറാക്കുന്നത് പല തരം ആസിഡുകളും ആൽക്കലോയിഡുകളും ചേർത്താണ്. അതുകൊണ്ട് അവയുടെ ചേരുവകളിലോ ഉപയോഗത്തിലോ ചെറിയ പാകപ്പിഴ ഉണ്ടായാൽ അത് പൊള്ളലും അലർജിയുമൊക്കെ

ഉണ്ടാക്കും. പനിനീരിലോ പാൽപ്പാടയിലോ ചാലിച്ച് വേണം അവ പുരട്ടാൻ.

മുഖത്ത് തേക്കാൻ ചന്ദനം ചേർത്ത ലേപനങ്ങൾ വിപണിയിൽ ലഭ്യമാണല്ലോ. ചന്ദനത്തടി എളുപ്പത്തിൽ അരച്ചെടുക്കാൻ ആദ്യം ആസിഡിൽ മുക്കി വെക്കാറുണ്ട്. അത്തരം സന്ദർഭങ്ങളിൽ അതിന്റെ സംസ്ക്കരണം ശരിയായ വിധമല്ലെങ്കിൽ മുഖത്ത് തേക്കുമ്പോൾ അലർജിയുണ്ടാകാം. കസ്തൂരി മഞ്ഞൾ പാലിൽ പുഴുങ്ങി ഉണക്കിപ്പൊടിച്ച ശേഷം പനിനീരിലോ പാൽപ്പാടയിലോ ചാലിച്ച് വേണം തേക്കാൻ. വെറുതെ ഉണക്കിപ്പൊടിച്ച് തേച്ചാൽ മുഖത്ത് പൊള്ളലുണ്ടാകും.

യഥാർത്ഥ രക്തചന്ദനം ചിലപ്പോൾ ശുദ്ധീകരിക്കേണ്ട കാര്യമില്ല. വിപണിയിൽ ലഭ്യമായ മിക്ക മുഖലേപനങ്ങളുടേയും അടിസ്ഥാന ചേരുവ രക്തചന്ദനമാണ്. ചിക്കൻപോക്സ് വന്നവർ പാടുമാറാൻ രക്തചന്ദനം തേനിൽ ചാലിച്ചുവേണം ഉപയോഗിക്കാൻ. രണ്ടാഴ്ച കൊണ്ടോ മാസങ്ങൾ കൊണ്ടോ മാറേണ്ട പാടുകൾ ഇത് തേച്ചാൽ ചുരുങ്ങിയ ദിവസങ്ങൾക്കകം മാറും.

അവലമുക്കിത്തിന്നണം
എള്ള് നക്കിത്തിന്നണം

പണ്ടൊക്കെ മിക്ക വീടുകളിലെയും നാലുമണിപ്പലഹാരമായിരുന്നു അവലും ശർക്കരയും കുഴച്ചത്. നെൽക്കൃഷി കഴിഞ്ഞാൽ പാടം വെറുതെയിടാതെ എള്ള് കൃഷി ചെയ്ത് വന്നതിനാൽ ശർക്കര ചേർത്ത എള്ളുണ്ടയും സുലഭമായിരുന്നു. അവലമുക്കിത്തിന്നണം എള്ള് നക്കിത്തിന്നണം എന്ന പഴമൊഴികൊണ്ട് ഉദ്ദേശിക്കുന്നത് അവൽ ഗുരുത്വമുള്ള അതായത് ദഹിക്കാൻ താമസമുള്ള ഭക്ഷണമായതിനാൽ നല്ലതുപോലെ ചവച്ച് കഴിക്കണമത്രേ. ഒപ്പം അവൽ കുഴച്ചത് ഒരെണ്ണമായി എടുത്ത് കഴിക്കാനാവില്ല എന്ന ധ്വനിയും പഴമൊഴിയിലുണ്ട്. ഒരുപിടി അവലായേ അതു കഴിക്കാനാവൂ. കൈ വെള്ളയിൽ ഒരു പിടിയായെടുത്ത് അമുക്കിപ്പിടിച്ച് കഴിച്ചില്ലെങ്കിൽ അത് താഴെ വീഴും എന്ന അർത്ഥവും സൂചിതമാണ്. എള്ള് പോഷക സമൃദ്ധമാണ്. അത് അല്പം പോലും പാഴാക്കരുത്. അത് നക്കിത്തിന്നണം എന്നു പറയാറുണ്ട്. അവൽ ആസ്വദിച്ച് കഴിക്കണമെ

ങ്കിൽ ഓരോന്നെടുത്ത് കഴിച്ചതുകൊണ്ടായില്ല. അത് ഓരോ പിടിയായിട്ടു വേണം കഴിക്കാൻ. നെല്ല് വറുത്ത് ഇടിച്ച് അവലാക്കുമ്പോൾ പോഷക ഗുണവും ഔഷധ മൂല്യവും ഒട്ടും ചോർന്നു പോകുന്നില്ല. അന്നജം, പ്രോട്ടീൻ, കൊഴുപ്പ്, വൈറ്റമിനുകൾ തുടങ്ങിയവ അവലിൽ അടങ്ങിയിട്ടുണ്ട്. അവൽ ത്രിദോഷശമനിയാണ്. എന്നുവെച്ചാൽ വാതം, പിത്തം, കഫം എന്നിവയെ ശമിപ്പിക്കും. അരിയിലെ അതീവ ഔഷധമുള്ള തവിട് ഒട്ടും നഷ്ടമാവാതെ അവലിലുണ്ട്. മെലിയുക, വിശപ്പില്ലായ്മ, വായിലും നാക്കിലും കുരുക്കൾ, കണ്ണിൽ കൂടെക്കൂടെ പീള കെട്ടുക, കാഴ്ച കുറയുക തുടങ്ങിയവയ്ക്ക് അവൽ പതിവായി കഴിച്ചാൽ ആശ്വാസം കിട്ടും.

എള്ളിൽ ഏതാണ്ട് പകുതി തൈലമാണ്. മധുരകഷായതിക്തകടുരസങ്ങൾ എള്ളിനുണ്ട്. തിക്തം എന്നു വെച്ചാൽ കയ്പ് രസം. കടു എന്നാൽ എരിവ്, ചവർപ്പിനെയാണ് കഷായരസമെന്നു പറയുന്നത്. മധുരരസമുള്ള എള്ള് ശരീരത്തിൽ ചെല്ലുന്നതോടെ എരിവുള്ളതാവും. വാതശമനത്തിനും മുടി വളരാനും ത്വക്കിനും ഗുണകരമാണ് എള്ള്. എള്ളെണ്ണ കവിൾ കൊണ്ടാൽ പല്ലിന് ഉറപ്പ് ലഭിക്കും. ഭഗന്ദരം ശമിക്കാൻ എള്ള് പാലിൽ അരച്ച് സേവിച്ചാൽ മതി. എള്ളില അരച്ച് പിഴിഞ്ഞ് ശരീരത്ത് പുരട്ടിയാൽ ചർമ്മത്തിന് നല്ല മാർദ്ദവമുണ്ടാകും.

ചെറൂള അകത്തായാൽ മറൂള പുറത്ത്

ഗർഭിണികൾക്ക് ചെറൂള എന്ന ഔഷധസസ്യം കൊണ്ടുള്ള പ്രയോജനം എന്തെല്ലാമാണെന്ന് വിളിച്ചോതുന്ന പഴമൊഴിയാണ് ചെറൂള അകത്താ യാൽ മറൂള പുറത്ത്. മറൂള എന്നാൽ മറുപിള്ള.

ഗർഭകാലത്ത് രണ്ടുഘട്ടത്തിൽ ചെറൂളയ്ക്ക് പ്രാധാന്യമുണ്ട്. ഗർഭ ധാരണത്തിന്റെ ആദ്യമാസത്തിൽ ഗർഭം ആണോ പെണ്ണോ എന്ന് വ്യക്ത മാവുന്നതിനു മുമ്പ് ചെറൂളകൊണ്ടു ചെയ്യുന്ന ഒരു ഔഷധ കർമ്മമാണ് പുംസവനക്രിയ. അവനവന്റെ ആഗ്രഹത്തിന് അനുസരിച്ചുള്ള ശിശുവിനെ ലഭിക്കാൻ ചെയ്യുന്ന നസ്യകർമ്മമാണിത്. ചെറൂളയുടെ വേര് പാലിൽ അരച്ചു കലക്കി അതുകൊണ്ട് ഭർത്താവ് ഭാര്യയ്ക്ക് നസ്യം ചെയ്യണം. ഈ നസ്യം തുപ്പിക്കളയാതെ ഇറക്കണം. ഗർഭിണിയുടെ വലതുനാസാ ദ്വാരത്തിൽ നസ്യം ചെയ്താൽ ആൺകുഞ്ഞും ഇടതുനാസാദ്വാരത്തിൽ നസ്യം ചെയ്താൽ പെൺകുഞ്ഞും ഉണ്ടാകുമെന്നാണ് ആചാര്യമതം.

മനസ്സും ശരീരവും ശുദ്ധമായിരിക്കേ മൂന്നോ ആറോ തുള്ളി ഔഷധമാണ് നസ്യത്തിന് ഉപയോഗിക്കേണ്ടത്. ഇങ്ങനെ നസ്യം മൂന്നു ദിവസം ചെയ്യണം. ചെറൂള ഗർഭിണി ഉപയോഗിക്കേണ്ട ആദ്യഘട്ടം ഏഴാം മാസം മുതൽ പ്രസവം വരെയുള്ള കാലമാണ്. ചെറൂള സമൂലം മുപ്പത് ഗ്രാം എടുത്ത് കഴുകി ചതച്ച് ഒരു പാത്രത്തിലിട്ട് 250 മില്ലി പാലും ഒരു ലിറ്റർ വെള്ളവും ചേർത്ത് കാച്ചി വറ്റിച്ച് 250 മില്ലി ആവുമ്പോൾ വാങ്ങി അരിച്ചെടുത്ത് ആറിയ ശേഷം 125 മില്ലി വീതം കാലത്തും വൈകീട്ടും ഏഴാം മാസം മുതൽ പ്രസവം വരെയുള്ള കാലം സേവിച്ചാൽ സുഖപ്രസവം ഉണ്ടാവും.

ചെറൂള, ഇരട്ടിമധുരം, താമരക്കിഴങ്ങ്, ഉണക്കമുന്തിരിങ്ങ ഇവയുടെ കഷായം ഗർഭകാലത്ത് ഉണ്ടായേക്കാനിടയുള്ള രക്തസ്രാവത്തെ തടയും. ചെറൂള കഷായം പതിവായി രണ്ടുനേരം സേവിച്ചാൽ മൂത്രക്കല്ല് ഇല്ലാതെയാവും. കൊളസ്ട്രോൾ, ഉയർന്ന രക്തസമ്മർദ്ദം എന്നിവ ഉള്ളവർ ചെറൂള, വെളുത്തുള്ളി ഇവ സമം അരച്ച് സേവിച്ചാൽ മതി. കൃമിശല്യം കുറയ്ക്കാനും മൂത്രം ധാരാളമായി പോവാനും ചെറൂള സഹായിക്കും.

ഉരുളയെണ്ണി ഉണ്ണരുത്

എല്ലാവർക്കും ഒരേ അളവിലുള്ള ഭക്ഷണമായിരിക്കില്ല ആവശ്യം. വ്യായാമത്തിന്റെ കാര്യമായാലും അങ്ങനെത്തന്നെ. അതിൽ ഭക്ഷണ സംബന്ധമായ പഴമൊഴിയാണിത്. ഓരോരുത്തരുടേയും ശാരീരികക്ഷമ തയും വിശപ്പും ദഹനശേഷിയും അനുസരിച്ച് അവർ കഴിക്കുന്ന ഭക്ഷണ ത്തിന്റെ അളവിൽ വ്യത്യാസം വരാം. എല്ലാവരും ഇത്ര ചോറുരുള ഉണ്ടാൽ മതിയെന്ന് പൊതുവായി പറയാറില്ല. എല്ലാവരും ഒരു ദിവസം നിശ്ചിത കലോറി ഭക്ഷണം കഴിക്കണം എന്നു പറയുന്നത് ആയുർവേദ പ്രകാരം തെറ്റാണ്. എനിക്ക് വേണ്ടത് ഇത്ര ഉരുള ചോറാണ് എന്ന കണക്ക് വച്ചല്ല കഴിക്കേണ്ടത്.

ഭക്ഷണം കഴിക്കുന്നത് ഏതളവിൽ വേണമെന്ന് അഷ്ടാംഗ ഹൃദയ ത്തിൽ പറയുന്നു.

അന്നേന കുക്ഷേർ ദ്വാവംശൗ
പാനേനൈകം പ്രപൂരയേത്
ആശ്രയം പവനാദീനാം
ചതുർത്ഥമവശേഷയേത്

പകുതി വയർ നിറയാനുള്ളത് മാത്രമേ കഴിക്കാവൂ എന്നതാണ് ഇതിൽ മുഖ്യം. കാൽ ഭാഗം വെള്ളം കുടിക്കാം. ബാക്കിയുള്ള കാൽ ഭാഗം വെറു തെയിടുക എന്നത്രേ ഇതിന്റെ സാരം. ഏതൊരാൾക്കും ആവശ്യമായ ഭക്ഷണത്തിന്റെ അളവിൽ പ്രായവ്യത്യാസത്തിനനുസരിച്ച് ചെറിയ മാറ്റം വരാം. മുപ്പതു വയസ്സിലെ ഭക്ഷണത്തിന്റെ അളവാവില്ല അയാൾ അറുപത് വയസ്സിലെത്തുമ്പോൾ വേണ്ടത്. ഏതായാലും പകുതി വയർ നിറഞ്ഞെന്നു തോന്നുമ്പോൾ മതിയാക്കുന്നതാണ് ഉത്തമം. ഭക്ഷണം കഴിച്ചതിനുശേഷം ചെറുചൂടുള്ള വെള്ളം കുടിക്കണം. ഊണിനു മുമ്പ് വെള്ളം കുടിക്കുന്നത് ചിലരിൽ ദഹനത്തിന് താമസം വരുത്തും. ഭക്ഷണം എങ്ങനെയാണ് കഴിക്കേണ്ടത് എന്നതിനെക്കുറിച്ച് വിശദമായി അഷ്ടാംഗ ഹൃദയത്തി ലുണ്ട്. സമയത്ത് ആഹാരം കഴിക്കണം. രണ്ടു നേരമേ ഭക്ഷണം പാടുള്ളൂ. ബാക്കി സമയങ്ങളിൽ ദ്രവരൂപത്തിലുള്ള ഭക്ഷണം ആകാം. ഭക്ഷണം കഴിക്കുക എന്നു പറഞ്ഞാൽ വെറുതെ വയർ നിറയ്ക്കലല്ല. മനസ്സിനും ശരീരത്തിനും ആഹ്ലാദം നൽകുന്ന പരിതസ്ഥിതിയിൽ വേണം എന്തും കഴിക്കാൻ. അതും തനിച്ചിരുന്ന് കഴിക്കരുത്. സുഹൃത്തുക്കളോടോ

ഉറ്റവരോടോ ഒപ്പമിരുന്ന് കുശല പ്രശ്നങ്ങൾ നടത്തി സാവധാനം വേണം ഭക്ഷണ വേള ആസ്വാദ്യകരമാക്കാൻ. ഭക്ഷണം വിളമ്പുന്നയാൾ നിങ്ങളോട് അടുപ്പമുള്ളവരും വളരെ വൃത്തിയായി വേഷം ധരിച്ചവരും ആയിരിക്കണമെന്നും അഷ്ടാംഗ ഹൃദയത്തിലുണ്ട്.

ഭക്ഷണം ഹൃദ്യമായിരിക്കണം. മനസ്സിനിഷ്ടമാണെങ്കിലേ ശരീരത്തിനും ഭക്ഷണം ഇഷ്ടമാവൂ. മലമൂത്ര വിസർജ്ജനം നടത്തിയ ശേഷവും നന്നായി വിശന്ന ശേഷവും മാത്രമേ ഭക്ഷണം കഴിക്കാവൂ. വയറിന്റെ കാൽ ഭാഗം ഒഴിച്ചിടേണ്ടത് എന്തിനാണെന്ന് സംശയം തോന്നാം. ആമാശയത്തിന്റെ താളാത്മകമായ ചലനത്തിലൂടെയാണ് അന്നം ദ്രവരൂപത്തിലാക്കുന്നതും ശരീരത്തിന് ദഹിപ്പിക്കാവുന്ന രൂപത്തിലേക്ക് അത് എത്തിക്കുന്നതും. ആ പ്രക്രിയ നടക്കണമെങ്കിൽ ആമാശയത്തിന് സ്വാഭാവിക ചലനം നടത്താൻ സ്ഥലം ആവശ്യമാണ്. അതിന് വയറിന്റെ പകുതി ഒഴിച്ചിടണം. അല്ലെങ്കിൽ ആമാശയം വേണ്ടവിധം പ്രവർത്തിക്കില്ല.

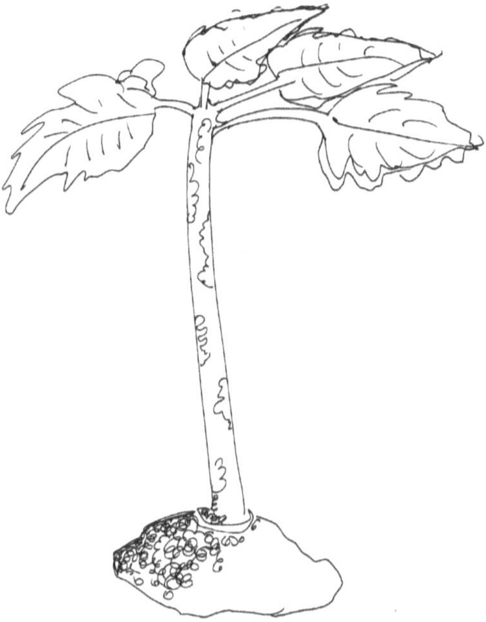

കർക്കടകത്തിൽ ചേന കട്ടും കൂട്ടണം

കർക്കടക മാസത്തിലെ പ്രത്യേകതയും ഒപ്പം ചേനയുടെ ഔഷധ ഗുണവും വ്യക്തമാക്കുന്ന പഴമൊഴിയാണ് കർക്കടകത്തിൽ ചേന കട്ടും കൂട്ടണം എന്നത്. കർക്കടകത്തിൽ ചേന കട്ടെങ്കിലും കൂട്ടണം എന്നു ചുരുക്കം. മീനം മേടം മാസങ്ങളിലെ കൊടിയ വേനലും തുടർന്നു വരുന്ന ഇടവപ്പാതിയും കിഴങ്ങു വർഗ്ഗങ്ങളുടെ രുചി കൂട്ടും. വേനലിനുശേഷം വരുന്ന മഴ വെള്ളവുമായി ചേരുമ്പോൾ മണ്ണിനടിയിൽ വളരുന്ന ഭക്ഷ്യ വസ്തുക്കൾക്ക് ഗുണവും രുചിയും കൂടും. കർക്കടകത്തിൽ ചേമ്പ് കട്ടും കൂട്ടണം എന്ന പഴമൊഴിയുമുണ്ട്. അതിന്റെ സാരം ഇതുതന്നെ.

ചേനയിലടങ്ങിയ കാത്സ്യം ഓക്സലേറ്റ് ചൊറിച്ചിലുണ്ടാക്കുന്നതാണ്. തിളപ്പിച്ചൂറ്റിയാൽ ചൊറിയില്ലെങ്കിലും കറി വെയ്ക്കുമ്പോൾ ആരും തിളപ്പിച്ചൂറ്റാറില്ല. അതിനു പകരമായി പുളി ചേർക്കുന്നതോടെ ചേനയുടെ

ചൊറിച്ചിൽ മാറുന്നു. ചേന കഫശല്യം കുറയ്ക്കും. അർശസ്, പ്ലീഹാ രോഗം, മേദസ്സ്, വാതം എന്നിവ മാറാൻ ചേന കഴിക്കുന്നത് ഉത്തമമാണ്. എന്നാൽ രക്തപിത്തം ഉള്ളവർ ചേന കഴിക്കരുത്. തൊലി ചെത്തി ചെറിയ കഷണങ്ങളാക്കിയ ചേന മൂന്ന് അടുക്ക് വാഴയിലയിൽ പൊതിഞ്ഞ് പുറമേ മണ്ണു തേച്ച് വെള്ളം വലിഞ്ഞ ശേഷം ചുട്ടെടുത്ത് ഇല പൊട്ടിച്ച് ഉപ്പും വെളിച്ചെണ്ണയും ചേർത്ത് ഇടിച്ച് കഴിക്കണം. രക്തത്തോടു കൂടിയതും രക്തം ഇല്ലാത്തതുമായ അർശസ് ശമിക്കാൻ ഇത് ഫലപ്രദമാണ്. ചേനയിൽ ധാന്യകവും ജീവകം എ. ബി. എന്നിവയും സമൃദ്ധമായുണ്ട്. ചേന അമിതമായി കഴിച്ചാൽ അജീർണ്ണം ഉണ്ടാകും. ശർക്കര സേവിച്ചാൽ അജീർണ്ണം മാറും. ചേനപ്പൂവ് മസാലയിൽ ചേർത്ത് പാകം ചെയ്ത് കഴിക്കാം.

കാട്ടുചേന എന്ന ഒരിനമുണ്ട്. ആരും ഇത് കൃഷി ചെയ്യാറില്ല. ഇത് വളരെ ചെറുതായിരിക്കും. മോരിലിട്ടോ പുളിയില നീരിൽ കഴുകിയോ ശുദ്ധി ചെയ്ത് വേണം കാട്ടുചേന ഉപയോഗിക്കാൻ.

കിഴിയിൽ പിഴച്ചാൽ കുഴിയിൽ

ആയുർവേദത്തിലെ കിഴിചികിത്സയിൽ പ്രധാനമാണ് നവരക്കിഴി. ചൂർണ്ണക്കിഴി, ലവണക്കിഴി, ഇലക്കിഴി, നാരങ്ങാക്കിഴി തുടങ്ങിയവയും ഉണ്ട്. പരിചയ സമ്പന്നനായ വൈദ്യന്റെയും പരിചാരകരുടെയും മേൽനോട്ടം ഇല്ലാതെ ചെയ്താൽ രോഗിക്ക് കിഴി വിനയാകും. ഒരു വർഷത്തിലേറെ പഴക്കമുള്ള നവരഅരി കുറുന്തോട്ടിക്കഷായത്തിൽ വേവിക്കണം അപ്പോൾ അത് ചാറ് പോലെയാകും. ഇത് കിഴി കെട്ടി വെയ്ക്കും. കുറുന്തോട്ടിക്കഷായവും പാലും സമം ചേർത്ത് അത് തിളപ്പിക്കണം. നേരത്തേ വേവിച്ച അരി കിഴിയാക്കി വച്ചത് ഇതിൽ മുക്കി ദേഹത്ത് ഉഴിയുന്ന ചികിത്സാ ക്രമമാണ് നവരക്കിഴി. ദേഹത്ത് തൈലം പുരട്ടിയ ശേഷമേ കിഴി വെയ്ക്കൂ. രോഗിയുടെ ശരീര പ്രകൃതവും വാതം, പിത്തം, കഫം എന്നീ ത്രിദോഷങ്ങളുടെ നിലയും അറിഞ്ഞ ശേഷമാണ് ഈ ചികിത്സ. വാതം, നീർവീഴ്ച, പക്ഷാഘാതക്ഷതങ്ങൾ തുടങ്ങിയവയ്ക്ക് കിഴി വെയ്ക്കാറുണ്ട്.

നാരകം നട്ടിടം നാരി നടിച്ചിടം കൂവളം കെട്ടിടം

ഈ പഴമൊഴിക്ക് ഒരു വിശ്വാസതലമുണ്ട്. നാരകം നട്ടുവളർത്തിയ സ്ഥലവും സ്ത്രീ വെറുത്ത വീടും കൂവളം നശിച്ചു പോയിടവും നന്നാവില്ല എന്നതാണത്. നാരകം നട്ടു വളർത്തരുത് എന്നാണ് പഴമക്കാർ പറയാറ്. തനിയെ കിളിർത്തു വന്നതാണെങ്കിൽ കുഴപ്പമില്ല. വളരെ കാലതാമസമെടുത്താണ് നാരകം വളരുന്നത്. അതിലും കാലതാമസം എടുത്താണ് അത് കായ്ക്കുന്നത്. നാരകം നട്ടുവളർത്തിയാൽ അതിന്റെ ഫലം അനുഭവിക്കാൻ നട്ടയാൾക്ക് കഴിയില്ല എന്നു പറയാറുണ്ട്. നാരി നടിച്ചിടം എന്നതിന് പുരുഷന്മാരെ വകവയ്ക്കാതെ സ്ത്രീകൾ ഗൃഹഭരണം നടത്തുന്ന വീടുകൾ നന്നാവില്ലെന്ന് ഒരർത്ഥമുണ്ട്. അതല്ല നാരി വെറുത്തിടം എന്നാണെന്നും സ്ത്രീകൾ വെറുത്ത വീട് നന്നാവില്ല എന്നാണ് അതിനർത്ഥമെന്നും പറയുന്നു. കൂവളം കെട്ടുപോകരുത്. അത് വെട്ടിക്കളയുകയും അരുത്. കൂവളത്തില ശിവന് പ്രിയപ്പെട്ടതാണ്. ശിവന്റെ തൃക്കണ്ണിന്റെ ആകൃതിയാണ് കൂവളത്തിലയ്ക്ക്. അതുകൊണ്ട് അതിനെ ദിവ്യമായി പരിപാലിക്കണം.

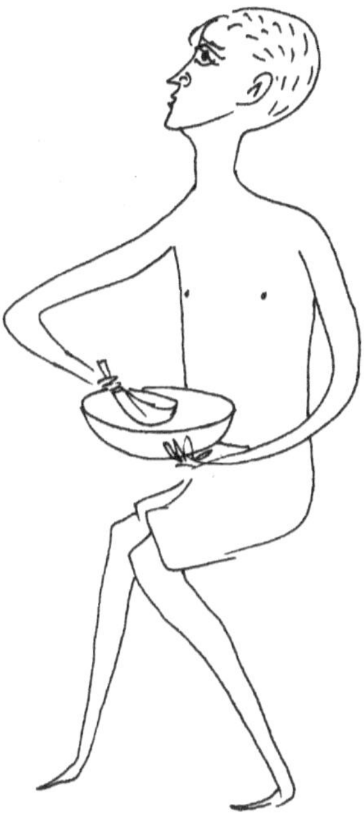

ലംഘനം പരമൗഷധം

ലംഘനം എന്നതുകൊണ്ട് ഉപവാസമാണ് ഉദ്ദേശിക്കുന്നത്. പനിക്ക് ഉപവാസം നന്ന്. ദഹനമില്ലായ്മയാണ് പല രോഗങ്ങളുടെയും ഉൽപ്പത്തിക്ക് കാരണം. ദഹിക്കാതെ കിടക്കുന്നതിനെ ദഹിപ്പിക്കാൻ പട്ടിണിയിലൂടെ കഴിയും. ആമത്തെ അതായത് ദഹിക്കാത്തതിനെ ദഹിപ്പിക്കാൻ ശരീരം തന്നെ ഒരഗ്നിദീപ്തിയുണ്ടാക്കുന്നതാണ് പനിയായി മാറുന്നത്. പല രോഗങ്ങളുടെയും തുടക്കത്തിൽ ഒന്നോ രണ്ടോ ദിവസം ഉപവസിക്കുക. അല്ലെങ്കിൽ ഭക്ഷണം ക്രമീകരിക്കുകയെങ്കിലും വേണം. ദഹിക്കാൻ പ്രയാസമുള്ള ഭക്ഷണം അപ്പോൾ ഒഴിവാക്കാം. പനിയുള്ളപ്പോൾ കഞ്ഞി കുടിക്കണമെന്ന് പറയുന്നത് ഇതിന്റെ ഭാഗമായാണ്. ജ്വരചികിത്സയിലാണ് ഉപവാസത്തിന് പ്രാധാന്യം കൊടുക്കുന്നത്. പനിക്ക് മരുന്ന് പട്ടിണി എന്ന് ഒരു പഴഞ്ചൊല്ലുണ്ടല്ലോ.

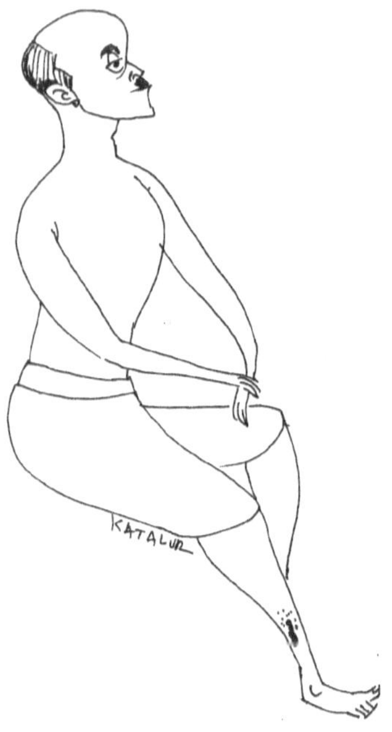

ദുഷ്ടുള്ളിടത്തേ അട്ട കടിക്കൂ

അട്ടകൾ ദുഷിച്ച രക്തം ആഗ്രഹിക്കുന്നു. ഈച്ചകൾ വ്രണവും. നീചന്മാർ കലഹമുള്ളിടത്തേക്ക് പോവുമ്പോൾ സജ്ജനങ്ങളാവട്ടെ പരസ്പര സ്നേഹമുള്ളിടത്തേക്ക് ആകർഷിക്കപ്പെടുന്നു എന്ന് പറയാറുണ്ട്. അട്ടയെക്കൊണ്ട് ദുഷിച്ച രക്തം വലിച്ചെടുക്കുന്ന ചികിത്സ ആയുർവേദത്തിലുണ്ട്. പഞ്ചകർമ്മ ചികിത്സയിലൊന്നാണ് രക്തമോക്ഷം. രക്തമോക്ഷത്തിൽ അട്ടയെ ഉപയോഗിക്കാറുണ്ട്. ഇതിന് അട്ടകളെ ശുദ്ധീകരിച്ച് മാത്രമേ എടുക്കാറുള്ളൂ. വ്രണമോ ത്വക് രോഗങ്ങളോ ഉള്ളിടത്ത് അട്ടയെക്കൊണ്ട് കടിപ്പിക്കും. മാറാത്ത വ്രണങ്ങൾ, ചൊറി, വിട്ടുമാറാത്ത തലവേദന, ചില തരം മുഴകൾ തുടങ്ങിയവയ്ക്കും ചില നേത്ര രോഗങ്ങൾക്കും ഈ ചികിത്സ നടത്താറുണ്ട്. മഹാവിഷ്ണുവിന്റെ അവതാരവും ആയുർവേദത്തിലെ ആരാധനാ മൂർത്തിയുമായ ധന്വന്തരിയുടെ ഒരു കൈയിൽ ജളൂകമാണുള്ളത്. ജളൂകം എന്നാൽ അട്ട. ധന്വന്തരീ മൂർത്തിയുടെ മറ്റു കൈകളിൽ ശംഖ്, അമൃതകുംഭം, സുദർശന ചക്രം എന്നിവയാണുള്ളത്.

ഓണം വന്നാൽ വെളുത്തു വിഷു വന്നാൽ കറുത്തു

കാലാവസ്ഥയെ സൂചിപ്പിക്കുന്ന പഴമൊഴിയാണിത്. ചിങ്ങമാസം പിറക്കുന്നതോടെ കർക്കിടകത്തിലെ കാർമേഘവും ഇരുണ്ട ഭൂപ്രകൃതിയും മാറി മാനം തെളിയുന്നു. പൂക്കളൊക്കെ വിരിയുകയായി. അന്തരീക്ഷത്തിന് പ്രസന്നത കൈവരുന്നതോടെ മനസ്സും തെളിയുന്നു. ഇതിനെയാണ് ഓണം വന്നാൽ വെളുത്തു എന്നതു കൊണ്ട് ഉദ്ദേശിക്കുന്നത്. എന്നാൽ മേടത്തിൽ വിഷു കഴിയുന്നതോടെ മഴക്കാലം തുടങ്ങും. മാനം ഇരുണ്ടു തുടങ്ങുന്നു. വിഷു വന്നാൽ കറുത്തു എന്നു പറയുന്നത് ഇതിനെയാണ്. നാം ഇന്ന് പ്രകൃതിയെ പലവിധത്തിൽ ദ്രോഹിക്കുമ്പോൾ ഈ ചൊല്ലിന് വിപരീതമായി കാലാവസ്ഥാ വ്യതിയാനം വരാറുണ്ട്.

ഓണോട്ടൻ വിതച്ചാൽ ഓണത്തിന് പുത്തരി

ഓണവുമായി ബന്ധപ്പെട്ട് അനവധി പഴമൊഴികളുണ്ട്. അതിലൊന്നാണ് ഇത്. ഓണോട്ടൻ എന്നത് ഒരു നെൽവിത്തിന് പറഞ്ഞിരുന്ന പേരാണ്. ഓണോട്ടന് മറ്റ് നെൽവിത്തിനങ്ങളെ അപേക്ഷിച്ച് മൂപ്പ് കുറവാണ്. ഏതാണ്ട് മൂന്നു മാസത്തെ മൂപ്പ് മാത്രമേ ഇതിനുള്ളൂ. കർക്കടകം അവസാനമോ ചിങ്ങമാസം തുടങ്ങുമ്പോഴോ ആ നെല്ല് പാകമാവും. അതുകൊണ്ടു തന്നെ ഓണോട്ടൻ വിതച്ചാൽ ഓണത്തിന് പുതിയ അരിയുടെ ചോറുണ്ണാം എന്നു ചുരുക്കം. ചിലയിടത്ത് ആ നെൽവിത്തിന് ഓണാട്ടൻ എന്നും പറഞ്ഞിരുന്നു.

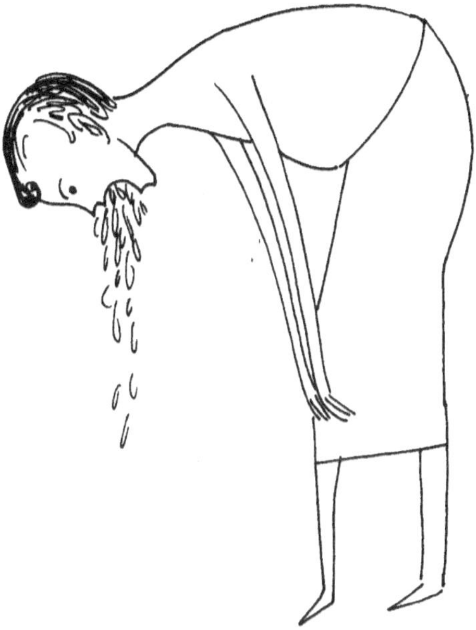

ഛർദ്ദിക്കും പിള്ള വർദ്ധിക്കും

മനസ്സിന് പിടിക്കാത്ത ഭക്ഷണം കഴിക്കുകയോ ദഹനക്കേടുണ്ടാവുകയോ ചെയ്താൽ വയറിളകി പോകുന്നതിനെക്കാൾ ഉത്തമം ഛർദ്ദിച്ച് പോകുന്നതാണ് എന്നാണ് 'ഛർദ്ദിക്കും പിള്ള വർദ്ധിക്കും' എന്ന പഴമൊഴിയുടെ സാരം. ഭക്ഷ്യ വിഷബാധയേറ്റാലോ മറ്റെന്തെങ്കിലും വിഷം അകത്തു ചെന്നാലോ ഛർദ്ദിച്ച് പോയാൽ അത്രയും നന്ന്. പക്ഷേ, ഛർദ്ദി അമിതമാകരുത്. ശരീരത്തിന് അങ്ങേയറ്റം ആയാസകരമാണ് ഛർദ്ദി എന്നതിനാൽ കൂടുതൽ ഛർദ്ദിക്കും തോറും ആരും വല്ലാതെ ക്ഷീണിതരാകും.

വയറിളകിപോകുന്നതേയുള്ളൂ എങ്കിൽ അതിനർത്ഥം ദഹനക്കേണ്ടുണ്ടാക്കിയ വസ്തു അത്രയും സമയം കൂടി ശരീരത്തിൽ തങ്ങി നിന്നു എന്നാണ്. ഭക്ഷണം പിടിക്കാതിരുന്നാൽ അതിനെതിരെ പെട്ടെന്ന് ശരീരം നടത്തുന്ന ചെറുത്തു നില്പ് ഛർദ്ദിയാണ്. വയറിളക്കം രണ്ടാം ഘട്ടത്തിൽ ഉണ്ടാകുന്നതാണ്. കഫത്തിന് വമനം (ഛർദ്ദി) പിത്തതിന് വിരേചനം (വയറിളക്കൽ) വാതത്തിന് വസ്തി (എനിമ നൽകൽ) എന്നാണ്

ആയുർവേദ ചികിത്സ. കുട്ടിക്കാലം കഫദോഷാധിക്യമുള്ള കാലമാണ്. യൗവനം പിത്താധിക്യവും വാർദ്ധക്യം വാതാധിക്യവുമാണ്. വിരേചന ത്തിന് ഔഷധം കൊടുത്താൽ അത് ശരീരത്തിൽ ലയിച്ച് വിരേചിക്കാൻ കുറച്ച് സമയമെടുക്കും. ഭക്ഷണത്തിലെ ദുഷിച്ച അംശം അത്രയും സമയം ശരീരത്തിൽ നിലനിൽക്കുകയും ചെയ്യും. ആമാശയഗതമായ ദോഷമാണ് ദഹനക്കേട്. അതിനുപറ്റിയ ചികിത്സ വമനം തന്നെ. എന്നാൽ കുറച്ചു കൂടി ക്കഴിഞ്ഞാൽ ഭക്ഷണത്തിലെ വിഷാംശം പക്വാശയത്തിലെത്തും. കുടലി ലേക്ക് പോയാൽ അത് മുകളിലേക്ക് വരുത്താൻ കഴിയില്ലെന്നു ചുരുക്കം. പിന്നെ വിരേചനമേ വഴിയുള്ളൂ.

ഛർദ്ദി കഴിഞ്ഞതോടെ വല്ലാത്ത ക്ഷീണം തോന്നും എന്നതിനാൽ കുറച്ച് തണുപ്പുള്ള ഭക്ഷണമാണ് പിന്നീട് നൽകേണ്ടത്. ഇളനീരും മറ്റും കൊടുക്കുന്നത് അതിനാണ്. വില്വാദിലേഹ്യമോ രോഗിയുടെ അവസ്ഥ അനുസരിച്ച് അഷ്ടചൂർണമോ തുടർന്നുള്ള ഘട്ടത്തിൽ നൽകാറുണ്ട്.

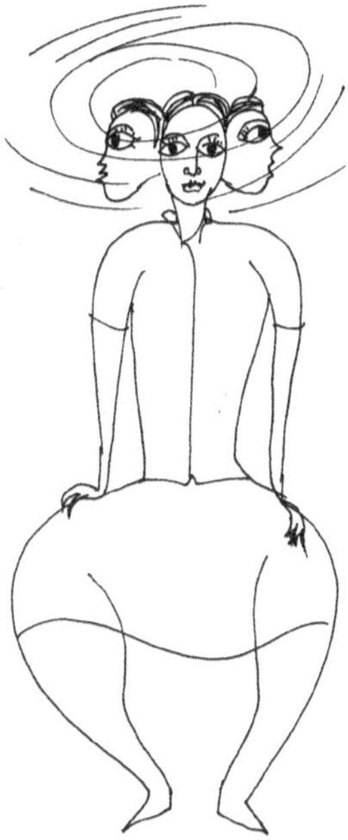

ഇരുന്ന് തലയാട്ടരുത്

വെറുതെ തലയാട്ടുന്നവർക്ക് സ്പോണ്ടിലൈറ്റിസ് വരാൻ സാധ്യതയുണ്ട്. കഴുത്തിന്റെ ചലനം കൂടുമ്പോൾ നട്ടെല്ലിനെയാണ് അത് പ്രധാനമായും ബാധിക്കുക. കശേരുക്കൾക്ക് തേയ്മാനം വരാനും അതിടയാക്കും. ഈ ശീലം തലയിലേക്കുള്ള ഞരമ്പുകൾക്ക് ദോഷം ചെയ്യും. മുപ്പതിലധികം ചെറിയ വദനപേശികൾ ഉൾപ്പെട്ടതാണ് നമ്മുടെ തലയും കഴുത്തും. മുഖ ചർമത്തിൽ വ്യത്യാസം വരുത്തി വിവിധ വികാരങ്ങൾ വരാൻ സഹായി ക്കുന്നത് ഈ പേശികളാണ്. കഴുത്തിനോട് ബന്ധപ്പെട്ടുള്ള പ്രധാനപ്പെട്ട രണ്ട് വദനപേശികളുണ്ട്. അവ അമിതമായിചലിപ്പിച്ചാൽ കഴുത്തുവേദന വരും. അവയ്ക്ക് ഉറക്കത്തിൽ മാത്രമേ വിശ്രമം കിട്ടുന്നുള്ളൂ.

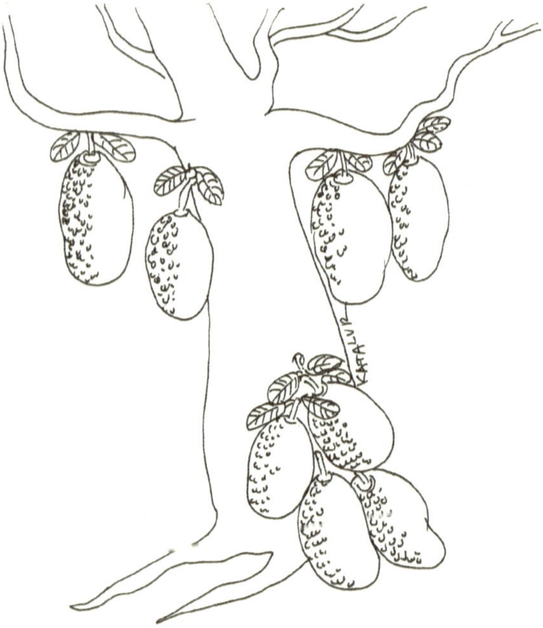

ചക്ക തിന്നുന്തോറും പ്ലാവ് വയ്ക്കാൻ തോന്നും

ചക്കയുടെ രുചിമാഹാത്മ്യം വിളിച്ചോതുന്ന പഴമൊഴിയാണിത്. സ്വർണ വർണത്തിലുള്ള ചക്കപ്പഴം തേൻ പോലെ മധുരിക്കും എന്ന് അറിയാത്തവരില്ല. ചക്ക വെറുതെ ചുളകളായി കഴിക്കുക മാത്രമല്ല ചക്കപ്രഥമൻ, ചക്കയപ്പം, ചക്കവരട്ടി, ചക്കപ്പുഴുക്ക്, ചക്ക എരിശ്ശേരി തുടങ്ങി എത്രയോ വിഭവങ്ങൾ അതുകൊണ്ട് ഉണ്ടാക്കുകയും ചെയ്യാം. ഏറ്റവും കൂടുതൽ ഗുണഗണങ്ങൾ ഉള്ളത് കൂഴച്ചക്കയിലാണെന്നു പറയുന്നു. ചക്ക ഒഴിച്ച് വരട്ടി വെള്ളം വറ്റിച്ചെടുത്താൽ ഏറെ നാൾ കേടാവാതിരിക്കും. പിത്തം, വാതം, രക്തപിത്തം, രക്തദോഷം എന്നിവ ശമിക്കാൻ ചക്ക കഴിക്കുന്നത് നന്ന്. ചക്കപ്പഴത്തിന്റെ സത്ത് മലശോധനയ്ക്ക് പ്രതിവിധിയാണ്. ധാരാളം പോഷകങ്ങളും നാരുമടങ്ങിയ ചക്കപ്പഴം സ്വാദിൽ മാത്രമല്ല ഗുണത്തിലും കേമൻ തന്നെ. ഏതു ഫലവും കഴിക്കുമ്പോൾ അതിന്റെ രുചിയെക്കുറിച്ച് ഓർത്താൽ മാത്രം പോരാ വരും തലമുറയ്ക്കായി അതിന്റെ തൈ നട്ടു പിടിപ്പിക്കാനും തോന്നണം എന്ന സന്ദേശവും ഈ പഴമൊഴിയിലുണ്ട്.

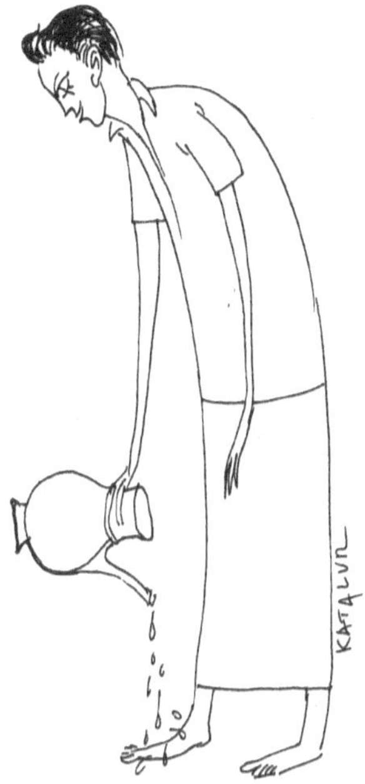

കാലു നനച്ചുണ്ണണം, കാലു തുടച്ചുറങ്ങണം

ഊണ് കഴിക്കുന്നതിനു മുൻപ് കയ്യും കാലും മുഖവും കഴുകണം. പണ്ട് പുറത്തുപോയി വരുന്നവർ കിണ്ടിയിൽ നിന്ന് വെള്ളമെടുത്ത് കാൽ കഴുകിയേ വീട്ടിൽ കയറുമായിരുന്നുള്ളൂ. കാൽ കഴുകുന്നതിന്റെ ഗുണം കണ്ണിനും കിട്ടും. പാദങ്ങളുടെ അടിവശം തൊട്ടാണ് കണ്ണിലേക്കുള്ള ഞരമ്പുകൾ പോകുന്നത്. വേനൽക്കാലത്ത് ചെരിപ്പില്ലാതെ നടന്നാൽ കണ്ണിൽ പീള കെട്ടുന്നത് കാലും കണ്ണും തമ്മിലുള്ള ബന്ധത്തെ സൂചിപ്പിക്കുന്നു. കാൽമടമ്പ് വൃത്തിയാക്കി വച്ചില്ലെങ്കിൽ മൂധേവി കയറുമെന്നാണ് പഴമക്കാർ പറയാറ്. കുളിക്കുമ്പോൾ കാലിന്റെ മടമ്പ് തേച്ചു കഴുകണം. ഇടയ്ക്കിടെ കാലും കൈയും മുഖവും കഴുകുന്നത് ലാവണ്യത്തിനും ബുദ്ധിയുടെ ഉണർവിനും നന്ന്. ഉറങ്ങുന്നതിനു മുൻപ് കാൽ കഴുകി തുടയ്ക്കണം. പതിവായി കാലിൽ നനവോടെ ഉറങ്ങിയാൽ വാതത്തിന് കാരണമായേക്കാം.

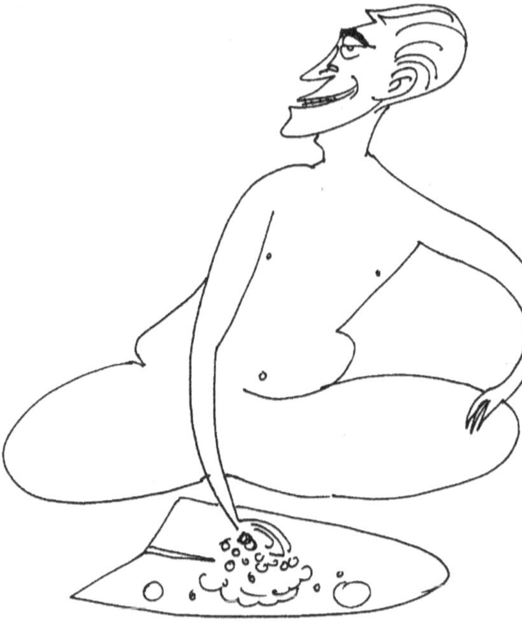

നുറുക്കിത്തിന്നാൽ നൂറു വയസ്സ്

ഭക്ഷണം വാരി വിഴുങ്ങരുത്. നന്നായി ചവച്ചരച്ചു കഴിക്കണം. വളരെ ചെറിയ കഷണങ്ങളാക്കി കഴിച്ചാൽ ദഹനേന്ദ്രിയത്തിന് അധികം അധ്വാനം കൊടുക്കാതിരിക്കാം. ഇത് ആയുസ്സ് വർധിപ്പിക്കും. ചെറിയ കഷണങ്ങളാക്കി കഴിച്ചാൽ അധികം ഉള്ളിൽ ചെല്ലാതെ വയറു നിറയും. ഭക്ഷണശേഷം കുറച്ചെങ്കിലും നടക്കണം. ആദ്യം ഇടതുവശത്തേക്ക് ചെരിഞ്ഞു കിടക്കണം. ഉറങ്ങുന്നതിനു മുമ്പ് അൽപം പാൽ കുടിക്കാം. അസമയത്ത് വലിച്ചുവാരിത്തിന്നുക, വിരുദ്ധ ഭക്ഷണം കഴിക്കുക ഇതൊക്കെ ആമവാതം പോലെ പല രോഗങ്ങളെയും ക്ഷണിച്ചുവരുത്തും.

കുളം മറന്നു കുളിച്ചാൽ തല മറന്നു തുമ്മും

അധികനേരം മുങ്ങിക്കുളിക്കരുത്. ശരീരത്തിൽ ഈർപ്പം അധികമായാൽ ജലദോഷം, പനി എന്നിവ വരാം. അധികം തുമ്മുന്നത് ശരീരത്തിനു കേടാണ്. തുമ്മുന്ന ഓരോ നിമിഷവും ഹൃദയം നിശ്ചലമാവും. അധികം ശക്തിയായി തുമ്മുന്നത് ദോഷമാണ് എന്നതുപോലെ തുമ്മൽ ബലം പ്രയോഗിച്ച് തടയാനും പാടില്ല. കുളം മാറിക്കുളിച്ചാൽ തലമറന്നു തുമ്മും എന്നു ചിലർ പറയാറുണ്ട്. പണ്ട് വീടുകളിൽ കുളങ്ങൾ ഉണ്ടായിരുന്നല്ലോ. കുളം മാറിക്കുളിച്ചാൽ പകർച്ചവ്യാധികൾ പിടിപെടും എന്നും പഴമക്കാർ കരുതിയിരുന്നു. വെള്ളം മാറിക്കുളിക്കുന്നത് ചിലർക്ക് ശാരീരികാസ്വസ്ഥതകൾക്ക് കാരണമാവും.

മരുന്നും വിരുന്നും മൂന്നു നേരം

മരുന്ന് ഒരുനേരം കഴിച്ചിട്ട് നിർത്തിയതു കൊണ്ട് ഫലം കിട്ടണമെന്നില്ല. ഒരുനേരം മരുന്ന് കഴിച്ചാൽ അതിന്റെ പ്രവർത്തനം ശരീരത്തിൽ ആറു മണിക്കൂറോളമാണ് നിലനിൽക്കുക. അതാണ് ഒരു ദിവസം മൂന്നുനേരം മരുന്ന് കഴിക്കണമെന്ന് നിർദ്ദേശിക്കാറുള്ളത്.

വിരുന്ന് മൂന്നുനേരം എന്നതുകൊണ്ട് ഉദ്ദേശിക്കുന്നത് മൂന്നു നേരത്തിൽ കൂടുതൽ മറ്റൊരു വീട്ടിൽ നിന്ന് ഭക്ഷണം കഴിക്കരുത് എന്നാണ്. അതിഥിയായി ചെല്ലുന്ന വീട്ടിൽ ഒരു ദിവസത്തിൽ കൂടുതൽ തങ്ങരുതെന്ന് ചുരുക്കം.

ഊണിനു കൃത്യം, വാക്കിനു സത്യം

ഭക്ഷണം പതിവായി ഒരേ സമയത്തു തന്നെ കഴിക്കുന്നതാണ് ഉത്തമം. സ്ഥിരമായി ഭക്ഷണം കഴിക്കുന്ന സമയമാവുമ്പോൾ ശരീരം ദഹനരസം പുറപ്പെടുവിക്കും. ദഹനരസം അമ്ലാംശം ഉള്ളതാണ്. ദഹനരസം പുറപ്പെടുവിക്കുമ്പോൾ അതിനെ ദഹിപ്പിക്കാനായി ഭക്ഷണം കഴിച്ചില്ലെങ്കിൽ കുടലിൽ വ്രണങ്ങൾ ഉണ്ടാവാൻ സാധ്യതയുണ്ട്. നെഞ്ചെരിച്ചിൽ, പുളിച്ചു തികട്ടൽ, അൾസർ തുടങ്ങി പല രോഗങ്ങളിലേക്കും ഇതു നമ്മെ നയിക്കും. സത്യം പറയണം എന്നതു പോലെ കൃത്യസമയത്ത് ഭക്ഷണവും ശീലമാക്കണം.

ഊണിൽ പാതി കുളി

ഭക്ഷണത്തിൽ നിന്നു കിട്ടുന്ന ഊർജം എത്രയോ അതിന്റെ പകുതി നമുക്ക് കുളിക്കുന്നതിലൂടെ കിട്ടുന്നു. ഭക്ഷണം പരിണാമപ്രക്രിയയിലൂടെ ധാതുക്കളാവുകയും അങ്ങനെ ശരീരത്തിന് ഊർജം ലഭിക്കുകയുമാണ് ചെയ്യുന്നത്. ദിനചര്യയിൽ കുളിക്ക് വളരെയേറെ പ്രാധാന്യമുണ്ട്. കുളിയിലൂടെ ശാരീരികവും മാനസികവുമായ ഊർജം ലഭിക്കുന്നു. നന്നായി കുളിച്ചാൽ നല്ല ഉറക്കം കിട്ടും. നല്ല ഓർമശക്തിയുണ്ടാവാനും ഇത് സഹായിക്കും. ഇതെല്ലാം ശരീരത്തിന് ഊർജം പകരുന്നു.

പത്തിരട്ടിച്ച വാണിഭത്തേക്കാൾ വിത്തിരട്ടിച്ച കൃഷി നല്ലൂ

കൃഷിയുടെ മഹത്വം വിളിച്ചോതുന്ന പഴഞ്ചൊല്ലാണിത്. പണ്ട് കൃഷിയെക്കാൾ വ്യാപാരത്തിൽ നഷ്ടസാധ്യത കൂടുതലായിരുന്നു. കൃഷിപ്പണിക്ക് മാന്യത ഉണ്ടായിരുന്നു. ഉദാഹരണത്തിന് പണ്ട് ആയിരം ചാക്ക് നെല്ല് ക്രയവിക്രയം ചെയ്യുന്നയാൾക്കു കിട്ടുന്ന മാന്യത വ്യാപാരത്തിലൂടെ കിട്ടില്ലായിരുന്നു. കൃഷിസ്ഥലത്തിന്റെ ഉടമ മാത്രമല്ല കൊയ്ത്തുകാരനും അന്ന് അന്തസ്സോടെ ജീവിച്ചു. ലാഭസാധ്യതയും കൃഷിയിലായിരുന്നു.

വ്യാപാരം കൊണ്ട് ലഭിക്കുന്ന പത്തിരട്ടി ലാഭം എല്ലാക്കാലത്തും ഉണ്ടാവണമെന്നില്ല. പണ്ട് പത്തു പറ നെല്ലു വിതച്ചാൽ അതിന്റെ പത്തിരട്ടി കൊയ്തെടുക്കാൻ കിട്ടുമായിരുന്നു. വേണ്ടതുപോലെ കൃഷി ചെയ്യാനുള്ള മനഃസാന്നിധ്യം കാണിച്ചാൽ കൃഷി ഇന്നും ലാഭകരമാണെന്ന സത്യം നാം മറന്നുകൂടാ.

ഒക്കത്ത് വിത്തുണ്ടെങ്കിൽ തക്കത്തിൽ കൃഷി ചെയ്യാം

സ്വന്തമായി വിത്തുള്ളവർക്കേ അവരവരുടെ ഇഷ്ടത്തിന് കൃഷി ചെയ്യാനാവൂ. ചെറുകിട കർഷകർക്ക് അത് എളുപ്പത്തിൽ പറ്റില്ല. ജന്മിമാരോട് കടം വാങ്ങണമല്ലോ. കൃഷിയെന്നല്ല ഏതുകാര്യവും അങ്ങനെയാണ്. മൂലധനം സ്വന്തമായുണ്ടെങ്കിൽ ഒന്നിനെക്കുറിച്ചും വ്യാകുലപ്പെടേണ്ട കാര്യമില്ല. പ്രധാന അസംസ്കൃത വസ്തു നമ്മുടെ കൈയിലുണ്ടെങ്കിൽ ഏതു സംരംഭത്തിനും ധൈര്യമായി ഇറങ്ങിത്തിരിക്കാം എന്ന അർത്ഥത്തിലും ഇങ്ങനെ പറയാറുണ്ട്. അടിസ്ഥാന വിദ്യാഭ്യാസമുള്ളയാൾ ജോലി അന്വേഷിക്കുന്നതുപോലെയല്ലല്ലോ യാതൊരു വിദ്യാഭ്യാസവുമില്ലാത്തയാൾ തൊഴിൽ തേടുന്നത്.

മണ്ണറിഞ്ഞ് വളം ചെയ്താൽ കിണ്ണം നിറയെ ചോറുണ്ണാം

കാർഷികവിളകൾക്ക് വളമിടുമ്പോൾ പ്രത്യേകം ശ്രദ്ധിക്കേണ്ട കാര്യങ്ങൾ നമ്മെ ഓർമ്മിപ്പിക്കുന്ന പഴഞ്ചൊല്ലാണിത്. കരിമണ്ണ്, ചെമ്മണ്ണ് തുടങ്ങി ഓരോ തരം മണ്ണിനും അവിടുത്തെ വിളകൾക്കും യോജിച്ച രീതിയിൽ വേണം വളമിടാൻ. ഉദാഹരണത്തിന് മണ്ണിൽ നൈട്രജൻ കുറഞ്ഞാൽ ഇലകൾക്ക് മഞ്ഞ കലർന്ന പച്ചനിറം വരും. നൈട്രജൻ കൂടിയാൽ ഇലകൾ വലുതും ഇരുണ്ട പച്ചനിറമുള്ളതുമാവും. ഇലകളിൽ നല്ലപോലെ പ്രകാശസംശ്ലേഷണം നടക്കും. അതായത് ചെടി പ്രകാശം നന്നായി വലിച്ചെടുക്കും. അതിന്റെ ഫലമായി ചെടി നന്നായി അന്നജം ഉൽപ്പാദിപ്പിക്കും. അങ്ങനെ ചെടിയിൽ ധാരാളം വേരുകളും കാണ്ഡങ്ങളും ഇലകളും ഉണ്ടാവും. സസ്യശരീരത്തിന് ഇത് ഉറപ്പ് നൽകും.

കാടരികെ തോടരികെ
വീടരികെ കൊത്തരുത്

കാടിന്റെയും വീടിന്റെയും തോടിന്റെയും അരികിൽ കിളയ്ക്കരുതെന്നാണ് ഇതിന്റെ സാരം. കാട് വെട്ടിയാൽ ആവാസവ്യവസ്ഥ തകിടം മറിയും. കാലാവസ്ഥ താളം തെറ്റും. കാടിന്റെ വശങ്ങളും വെട്ടിനിരപ്പാക്കരുത്. കാട്ടിലെ ജീവജാലങ്ങളുടെ സ്വൈരവിഹാരത്തിന് അത് ഭംഗം വരുത്തും. തോടിന്റെ അരികു കിളച്ചാൽ മൺതിട്ടകൾ തകർന്ന് മണ്ണൊലിപ്പ് കൂടും. വീടിന്റെ അരികിലുള്ള സസ്യജാലങ്ങളെ നിർബാധം വളരാൻ അനുവദിക്കണം. എങ്കിലേ നല്ല കാലാവസ്ഥയ്ക്കുള്ള സാഹചര്യവും വേണ്ടത്ര ശുദ്ധവായുവും കിട്ടൂ. വീടിനു ചുറ്റും തറ കോൺക്രീറ്റ് ചെയ്താൽ ഈർപ്പം കുറയും. മണ്ണിരകൾ ഇല്ലാതാവും. തന്മൂലം മണ്ണിന്റെ വളക്കൂറും കുറയും. തോടിന്റെ തിട്ടകളിൽ കൈത, ഇലഞ്ഞി, കാട്ടുവള്ളികൾ തുടങ്ങിയവയും പലതരം വൃക്ഷങ്ങളുടെ വേരുകളും ഉണ്ടാവുമല്ലോ. ഇത് വെട്ടിക്കളഞ്ഞാലാണ് മണ്ണൊലിപ്പ് ഉണ്ടാവുക.

കൊട്ടനുറുമ്പ് കുരങ്ങ്
തെങ്ങ് കവുങ്ങ് പിലാവ്

ഒരേ തരം വൃക്ഷങ്ങൾ വളരുന്നിടത്ത് അവ തമ്മിൽ എത്ര അകലം വേണമെന്നാണ് ഈ പഴഞ്ചൊല്ലിൽ പറയുന്നത്. കവുങ്ങിലെ ഒരു ഉറുമ്പിന് താഴെ വരാതെ തന്നെ അടുത്തതിലേക്ക് കയറാവുന്ന അകലമേ കവുങ്ങുകൾ തമ്മിൽ ആകാവൂ. അത്ര അടുത്തടുത്ത് നടാം. എങ്കിലേ അടയ്ക്ക പറിക്കുന്നവർക്ക് ഒരു കവുങ്ങിൽ നിന്നും മറ്റേ കവുങ്ങിലേക്ക് ചാടിച്ചാടിപ്പോവാൻ കഴിയൂ. വെയിൽ നേരിട്ട് ഏൽക്കുന്നത് അടയ്ക്കയ്ക്ക് നന്നല്ല. കവുങ്ങ് അടുത്തടുത്ത് നടുമ്പോൾ അവയുടെ ഓലയുടെ നിഴൽ ചൂടു കുറയ്ക്കും. കൊട്ടൻ എന്നാൽ അണ്ണാൻ. രണ്ടു തെങ്ങിന്റെ ഓലകൾ തമ്മിൽ അണ്ണാന് ചാടിക്കയറാവുന്ന അകലം വേണം. ഓലകൾ വിസ്തരിച്ച് വളരാനാണ് ഇത്. കവുങ്ങുകൾ നടുന്നതിനെക്കാൾ അകറ്റിവേണം തെങ്ങ് നടാൻ. എന്നാൽ ഇവയെക്കാൾ കൂടുതൽ അകലം പ്ലാവുകൾ തമ്മിലാവാം. അതാണ് ഒരു പ്ലാവിൽ നിന്ന് മറ്റൊരു പ്ലാവിലേക്ക് കുരങ്ങിന് ചാടിക്കയറാവുന്ന അകലം വേണം എന്നു പറയുന്നത്.

കുന്നത്ത് കന്ന്
കുഴിയിൽ കുല

വാഴക്കന്നിന്റെ വേരോട്ടത്തിനെയും അതിന്റെ ഉൽപ്പാദനശേഷിയേയും കുറിക്കുന്ന പഴഞ്ചൊല്ലാണിത്. വാഴക്കന്നാണ് കൂടുതൽ വേണ്ടതെങ്കിൽ മണ്ണ് കൂന കൂട്ടി കന്നു നട്ടാൽ ധാരാളം ഇളംകന്നുകൾ മുള പൊട്ടും. പക്ഷേ വാഴക്കുല മോശമായിരിക്കും. ഏതുകാര്യത്തിന്റെയും പുറംമോടി യിൽ വലിയ കാര്യമില്ല, ആഴത്തിലേക്കു കടന്നു ചെന്നാലേ ഫലമുള്ളൂ എന്ന അർത്ഥത്തിലും ഈ പഴഞ്ചൊല്ല് ഉപയോഗിക്കാം. വലിയ തോതിൽ വാഴ കൃഷി ചെയ്യണമെങ്കിൽ ആദ്യം കന്നുകൾ കൂടുതൽ ഉൽപ്പാദിപ്പി ക്കണം. എന്നിട്ട് നല്ല കുഴിയെടുത്ത് മാറ്റി നടണം.

കർക്കടകത്തിലെ മുറിവ്
കടലോളം കുഴിയും

കർക്കടകത്തിൽ ശരീരത്തിലുണ്ടാകുന്ന മുറിവ് എളുപ്പം മാറില്ലെന്നാണ് ഈ പഴമൊഴിയുടെ അർത്ഥം. കർക്കടകത്തിലെ മുറിവ് ഓണമുണ്ടേ തീരൂ എന്നും പറയാറുള്ളത് ഇതിനാലാണ്. കർക്കടകം മഴക്കാലമാണല്ലോ. അപ്പോൾ അന്തരീക്ഷത്തിൽ ഈർപ്പം കൂടുതലായതിനാൽ മുറിവ് വേഗം ഉണങ്ങില്ല. ഈർപ്പം എത്രത്തോളം നിലനിൽക്കുന്നോ മുറിവുണങ്ങാൻ അത്രയും വൈകും. കുളിക്കുമ്പോഴും മറ്റും മുറിവ് നനയാതെ സൂക്ഷിക്കണമെന്നു പറയുന്നതിന്റെ കാരണവും മറ്റൊന്നല്ല. കർക്കടകത്തിൽ പല അന്തരീക്ഷ മാറ്റങ്ങളും ഉണ്ടാവാറുണ്ട്. കർക്കടകത്തിൽ മുരിങ്ങയില കഴിക്കരുതെന്നു പറയുന്നത് തന്നെ അപ്പോൾ മുരിങ്ങയ്ക്ക് കട്ടുണ്ടാവുമെന്നതിനാലാണ്. തൊട്ടാവാടിക്കു പോലും വിഷാംശം ഉണ്ടാവാറുള്ള മാസമാണ് കർക്കടകമെന്നാണ് പഴമക്കാർ പറയാറ്.

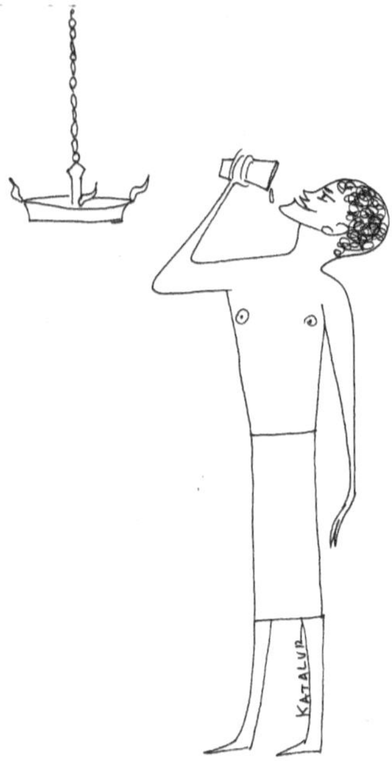

സന്ധ്യയ്ക്ക് മരുന്നു കുടിക്കരുത്

സൂര്യാസ്തമയം മൂലം പ്രകൃതിയിൽ ചില രാസമാറ്റങ്ങൾ വരും. അത് ഭക്ഷണത്തെയും മരുന്നിനെയുമൊക്കെ ബാധിക്കും. ഗ്രഹണസമയത്ത് ആഹാരം കഴിക്കരുതെന്നു പറയുന്നതിന്റെ കാരണം പോലും ഏതാണ്ട് ഇതു തന്നെ. സൂര്യഗ്രഹണത്തിൽ അണുവികിരണം ഉണ്ടാവാം. മാരകരോഗങ്ങൾക്കു വരെ അത് കാരണമായേക്കാം. പകലുമല്ല രാത്രിയുമല്ലാത്ത നേരമാണല്ലോ സന്ധ്യ. അപ്പോഴും അന്തരീക്ഷത്തിൽ അണുവികിരണം കൂടാൻ സാധ്യതയുണ്ട്. അതിനാൽ മരുന്നിന്റെ ഗുണം നഷ്ടപ്പെടാനിടയുണ്ടെന്ന് പഴമക്കാർ പറഞ്ഞിരുന്നു. സന്ധ്യേ സർവത്ര വർജയേത് എന്നാണ് പ്രമാണം. പണ്ട് വീടുകളിൽ സന്ധ്യയ്ക്ക് ആരും ഭക്ഷണം കഴിക്കില്ലായിരുന്നു. കിഴങ്ങുവർഗങ്ങളും പച്ചിലകളും പറിച്ചെടുക്കാൻ തന്നെ സന്ധ്യക്ക് അനുവദിച്ചിരുന്നില്ല.

അരി തിന്നാൽ പിത്തം പിടിക്കും

വേവിക്കാത്ത അരി വെറുതെ വാരിത്തിന്നുന്നത് ചില കുട്ടികളുടെ ശീലമാണ്. അരി പോലെ ദഹിക്കാൻ പ്രയാസമുള്ള ധാന്യങ്ങൾ വേവിക്കാതെ കഴിക്കുന്നത് പിത്തം കൂട്ടും. പഴവർഗങ്ങളും ചില പച്ചക്കറികളും എളുപ്പത്തിൽ ദഹിക്കുന്നതാകയാൽ വേവിക്കാതെ കഴിച്ചാലും കുഴപ്പമില്ല. അവയിലടങ്ങിയിട്ടുള്ള നാരുകളും മറ്റും ദഹനത്തെ സഹായിക്കുന്നതാണ്. വേവിക്കാത്ത അരി ദഹനം കുറയ്ക്കും. വിശപ്പ് കുറയുന്നതോടെ കുട്ടികൾക്ക് ഭക്ഷണത്തോട് താൽപ്പര്യം ഇല്ലാതാവും. വേവിക്കാതെ അരി തിന്നുന്നത് പതിവായാൽ ആമാശയത്തിൽ ദഹനരസങ്ങൾ അധികം ഉൽപ്പാദിപ്പിക്കേണ്ടി വരും. അതിലടങ്ങിയ അമ്ലം ആമാശയഭിത്തികളിൽ കേടു വരുത്താൻ സാധ്യതയുണ്ട്. ചെറുകുടലിൽ അൾസർ വരാനും ചിലപ്പോൾ ഇതിടയാക്കും.

പാക്കേറെത്തിന്നാൽ വാക്കേറെപ്പറയും

പണ്ട് നാലുംകൂട്ടി മുറുക്കി വെടിവട്ടം പറഞ്ഞിരിക്കുന്നതായിരുന്നു പലരുടെയും നേരമ്പോക്ക്. പാക്ക് അഥവാ അടയ്ക്ക ക്രമത്തിലേറെ അകത്തു ചെന്നാൽ ചെറിയൊരു ചൊരുക്ക് (ലഹരി) മൂലം പലരും അതിരുകടന്ന് സംസാരിക്കും. വാക്കേറും. ചിലപ്പോൾ വാക്കേറ്റം കയ്യേറ്റമാവും. അപ്പോൾ ഒരു താക്കീതായി പലരും പറഞ്ഞുവന്ന പഴമൊഴിയാണിത്. അടയ്ക്ക അരിഞ്ഞ് മടിശ്ശീലയിൽ തിരുകി അതിൽ നിന്നു കുറച്ചെടുത്ത് ചവച്ചുകൊണ്ട് പാടത്ത് പണിയെടുക്കുന്നത് കൃഷിക്കാരുടെ ശീലമായിരുന്നു. അതിനിടെ പല തമാശകളും പറഞ്ഞ് ഉശിരോടെ ജോലി ചെയ്യും. അതിരുവിട്ട തമാശകൾ പറയുമ്പോൾ വിവേകം നഷ്ടപ്പെടരുത് എന്ന അർത്ഥത്തിൽ അവർക്കിടയിൽ നിന്ന് ചിലർ ഇങ്ങനെ വിളിച്ചു പറയുമായിരുന്നു.

പുഞ്ചപ്പാടത്തെ കുളം പോലെ

ചിലേടത്ത് പുഞ്ചപ്പാടത്തിനടുത്ത് കുളം കൂടി ഉണ്ടാവും. മഴക്കാലമായാൽ പുഞ്ചപ്പാടവും കുളവും തമ്മിൽ തിരിച്ചറിയാനാവില്ല. വേനലിൽ പുഞ്ചപ്പാടത്തെ വെള്ളം വറ്റിയാലും ഈ കുളം വറ്റില്ല. കുളത്തിൽ നിന്ന് തേകി നനച്ചാണ് വേനലിൽ പുഞ്ചക്കൃഷി ചെയ്യുക. അങ്ങനെ വരുമ്പോൾ പുഞ്ചപ്പാടത്ത് ഒരു കുളമുണ്ടെങ്കിൽ കൃഷിക്കാർക്ക് എന്ത് ആശ്വാസം ഉണ്ടാവും. വേനലിൽ കുളം ഇല്ലാത്ത പാടത്താണ് പ്രശ്നം. ഒരാളുടെ പ്രതിസന്ധിഘട്ടത്തിൽ മറ്റൊരാൾ രക്ഷയ്ക്കെത്തുമ്പോൾ പറയാറുള്ള പഴമൊഴി കൂടിയാണിത്. ആപത്തുകാലത്ത് പുഞ്ചപ്പാടത്തെ കുളം പോലെയാണ് അയാൾ എത്തിയത് എന്ന മട്ടിലാണിത് പറയുക.

ഏറെ വിളഞ്ഞാൽ വിത്തിനാകാ

കൃഷിക്കുള്ള വിത്ത് തയ്യാറാക്കുമ്പോൾ ശ്രദ്ധിക്കേണ്ട കാര്യങ്ങളെക്കുറിച്ച് നമ്മെ ഓർമ്മിപ്പിക്കുന്ന പഴമൊഴിയാണ് ഏറെ വിളഞ്ഞാൽ വിത്തിനാകാ. കൊയ്തെടുക്കുന്നതിനും വിത്ത് ഉണക്കുന്നതിനുമൊക്കെ ഓരോ കണക്കും പാകവുമുണ്ട്. ക്രമത്തിലധികം ഉണക്കിയാൽ വിത്ത് കിളിർക്കണമെന്നില്ല. വിത്തിനുള്ള വിള യഥാസമയം കൊയ്തെടുക്കണം. വിത്തിനകത്ത് ജീവൻ കുടികൊള്ളുന്നുണ്ട്. ജീവന്റെ തുടിപ്പിന് ആവശ്യമുള്ള ചൂടേ കൊടുക്കാവൂ. അല്ലെങ്കിൽ അതിനു കേടു വരും. പാകമായ നെല്ല് അവിടെത്തന്നെ ഇട്ടിരിക്കരുത്. കൃത്യസമയത്ത് കൊയ്തെടുക്കണം. വിത്തിൽ നിന്ന് വേണ്ടത്ര ഗുണഗണങ്ങളുള്ള വിളവ് ഉണ്ടാകണമെങ്കിൽ പാകം അധികമാകരുത്. പഴുത്ത് അധികമായാൽ നെല്ല് ഏതാണ്ട് പത്തു ദിവസത്തിനകം കൊയ്തെടുക്കണം. നമ്മുടെ സൗകര്യത്തിന് കൊയ്തെടുത്താൽ പോരാ. കൃഷിക്കാരന്റെ കർമബോധം ഉണർത്തുന്ന പഴമൊഴിയാണിത്. ഋഷിഭാവമുള്ള മനസ്സിനേ കൃഷി ചെയ്യാനാവൂ.

ഞാറ്റിൽ പിഴച്ചാൽ ചോറ്റിൽ പിഴച്ചു

മുണ്ടകൻ കൃഷിയുടെ നടീലുമായി ബന്ധപ്പെട്ട പഴമൊഴിയാണ് ഞാറ്റിൽ പിഴച്ചാൽ ചോറ്റിൽ പിഴച്ചു. വിത്ത് പാകാനുള്ള ഞാറ്റടിക്കണ്ടം തയ്യാറാക്കുന്നതിന്, ഞാറ്റടിയിലുള്ള വെള്ളം നിയന്ത്രിക്കുന്നതിന്, ഞാറ് പറിക്കുന്നതിന്, ആ ഞാറ് വീണ്ടും നടുന്നതിന് ഒക്കെ പ്രത്യേകം ജാഗ്രത പാലിക്കണമെന്ന് കർഷകനെ ഓർമ്മിപ്പിക്കുന്ന ചൊല്ലാണിത്. ഞാറ്റടിത്തറയിൽ വിത്ത് തിക്കിത്തിരക്കി പാകരുത്. രാസവളം പാടില്ല. ചാരമോ ചാണകമോ ഇടണം. ഞാറ് വളർന്ന് നാലഞ്ച് ഇല വരുമ്പോൾ അത് മാറ്റി നടുന്നത് വിളവിന് ഗുണം ചെയ്യും. ഞാറ് പറിക്കുന്ന സമയത്ത് വയലിൽ വെള്ളം കയറ്റുന്നത് വേരിനു ഗുണം ചെയ്യും. വെള്ളം കുറവായാൽ വേര് മുറിയും. ആ സമയത്ത് ഒന്നു നനയ്ക്കുന്നത് നന്ന്. ഞാറ് പറിച്ചെടുത്ത ശേഷം മണ്ണ് കളയണം. അതിന് ചിലർ മരക്കുറ്റിയിൽ തല്ലാറുണ്ട്. ഞാറിന്റെ മണ്ട ഭാഗം ചിലർ നുള്ളിക്കളയും. പക്ഷേ, ആ രീതികൾ നന്നല്ല. അത് ഞാറ് മുറിഞ്ഞ് രോഗബാധയ്ക്കിടയാക്കും. അണുക്കൾ ഉള്ളിൽ കടക്കാൻ ആ മുറിവ് കാരണമാവും.

ശ്രീജിത് പെരുന്തച്ചൻ

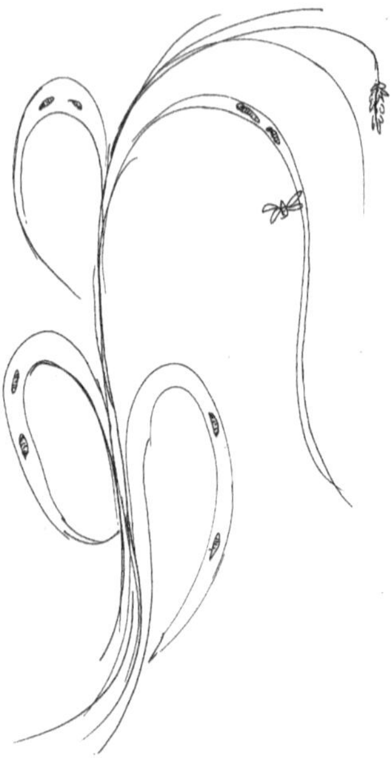

പൂയത്തിൽ നട്ടാൽ പുഴുക്കേട്

പൂയം ഞാറ്റുവേലക്കാലത്ത് ഞാറു നട്ടാൽ അതിന് പുഴുക്കേട് വരാൻ സാധ്യതയുണ്ട് എന്നതിനാലാണ് പൂയത്തിൽ നട്ടാൽ പുഴുക്കേട് എന്നു പറയുന്നത്. അപ്പോഴത്തെ കാലാവസ്ഥയും ഈർപ്പവും കാരണം ചാഴി-കീടങ്ങൾ കയറിക്കൂടാൻ സാധ്യതയുണ്ട്. ഒന്നാം വിള വൈകി നടുന്ന പാടങ്ങളിലാണ് തണ്ടുതുരപ്പൻ പുഴു വരുന്നത്. ഒരു തരം ഈച്ച ശല്യവും ഉണ്ടാവും. ഇവ നിയന്ത്രിക്കാനുള്ള വഴി വൈകിയുള്ള നടീൽ ഒഴിവാക്കലാണ്. അതിന് ഞാറ് പുണർതത്തിൽ തന്നെ നടണം. പുണർതത്തിൽ നട്ട നെല്ലിന് പൂയത്തിലെ മഴ ഗുണം ചെയ്യും. പുണർതത്തിൽ നട്ടാൽ പുഴുക്കേടും കുറയും.

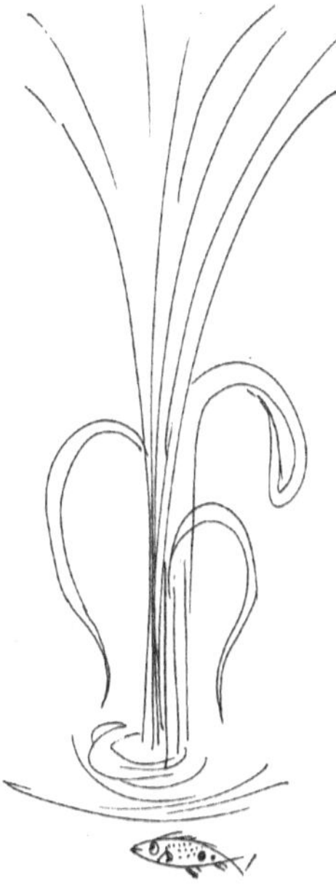

മുണ്ടോൻ നട്ടു മുങ്ങണം
വിരിപ്പു നട്ട് ഉണങ്ങണം

മുണ്ടകൻ കൃഷിയിലും വിരിപ്പു കൃഷിയിലും വേണ്ട ജലലഭ്യതയെ സൂചിപ്പിക്കുന്ന പഴമൊഴിയാണ് മുണ്ടോൻ നട്ട് മുങ്ങണം വിരിപ്പു നട്ട് ഉണങ്ങണം എന്നത്. മുണ്ടകൻ ഞാറു നട്ടാൽ ഉണങ്ങാൻ അനുവദിക്കരുത് എന്നു സാരം. അങ്ങനെ ചെയ്താൽ ചളി ഉറച്ച് നിലം വിണ്ടു കീറും. കൃഷിയുടെ പൊലിമ നശിക്കാൻ അതിടയാക്കും. മുണ്ടകന് ആദ്യകാലം മഴ കിട്ടുകയും അവസാന കാലത്ത് മഴ ഇല്ലാത്തതിനാൽ ജലസേചനം നടത്തുകയും വേണം. തുടക്കം മുതൽ വിണ്ടു കീറിയാൽ ഓരോ തവണ നനയ്ക്കുമ്പോഴും കൂടുതൽ വെള്ളം വേണ്ടിവരും. വിരിപ്പു കൃഷിയിൽ വിതയാണ് പ്രധാനം. വിതയ്ക്കുമ്പോൾ പാടത്ത് വിത്ത് അധികമായി ചെല്ലും. വിത്ത് മുളച്ചു വരുമ്പോൾ മുരട് കൂടും. എന്നുവെച്ചാൽ ഒരു നെൽച്ചെടി പറിച്ചെടുക്കുമ്പോൾ കുറെ വേരും മറ്റും ഉണ്ടാവും. സ്വാഭാവികമായും അതിൽ കുറെ നശിച്ചു പോവണം. വിരിപ്പു കൃഷിയുടെ ആദ്യഘട്ടത്തിൽ വിതച്ച് മുളച്ച് കായണം. എന്നിട്ടേ മഴ കിട്ടാവൂ. അങ്ങനെ വരുമ്പോൾ മുളയ്ക്ക് ശക്തി കിട്ടും. അപ്പോൾ വിളവു നന്നാവും.

പൂവു പത്ത് പാലു പത്ത്
പച്ച പത്ത് പഴം പത്ത്

നെൽകൃഷിയുമായി ബന്ധപ്പെട്ട പഴമൊഴിയാണ് പൂവു പത്ത് പാലു പത്ത് പച്ച പത്ത് പഴം പത്ത്. ഞാറ് നട്ടാൽ ഏതാണ്ടു എൺപത് ദിവസം കഴിയുമ്പോൾ കതിരാവും. കതിരിൽ നിന്ന് പൂവുണ്ടാവും. പൂവ് പത്തുദിവസം നെൽച്ചെടിയിൽ നിൽക്കും. അത് കായാവും. പത്തുദിവസം കഴിയുമ്പോൾ കതിരിൽ നേർമയുള്ള പാലുണ്ടാവും. അതിന് പാലടിച്ച് മുറുകുക എന്നാണ് പറയുക. അത് പഴമാവും. മൂത്തു പഴുക്കും എന്നർത്ഥം. ഈ പഴം പത്തുദിവസം കഴിയുമ്പോൾ വിളഞ്ഞ് പാകമാവും. അതായത് പഴമായാലും പത്തുദിവസം കഴിയണം വിളവാകാൻ.

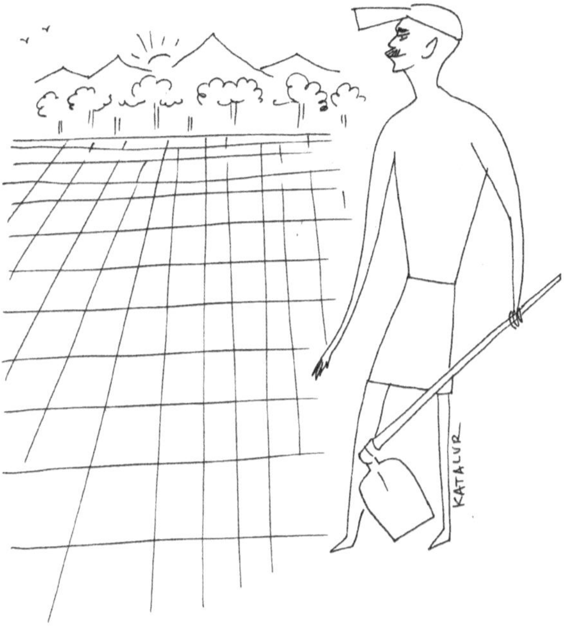

അയലറിഞ്ഞ് വിളവിറക്കണം

കൃഷിയിറക്കുമ്പോൾ അടുത്തടുത്ത പാടങ്ങൾ തമ്മിലുണ്ടായിരിക്കേണ്ട യോജിപ്പിനെ കുറിക്കുന്ന പഴമൊഴിയാണ് അയലറിഞ്ഞ് വിളവിറക്കണം. തൊട്ടടുത്ത പാടത്ത് മൂപ്പ് കൂടിയ വിത്തിടുമ്പോൾ നമ്മുടെ പാടത്ത് മൂപ്പ് കുറഞ്ഞ വിത്തിടുന്നത് കൃഷിയിൽ പ്രായോഗിക ബുദ്ധിമുട്ടിനിടയാക്കും. എന്തെന്നാൽ ഒരാൾ പാടം നനയ്ക്കുന്ന സമയത്ത് മറ്റേയാളുടെ പാടത്ത് വെള്ളം വേണ്ടെങ്കിൽ അത് രണ്ടു കൃഷിസ്ഥലങ്ങളെയും ബാധിക്കും. അതൊഴിവാക്കാനുള്ള വഴി അടുത്തടുത്ത പാടങ്ങളിൽ ഒരേ പാകത്തിനുള്ള വിത്തുകൾ ഒരേ കാലത്ത് കൃഷിചെയ്യുക എന്നാണ്. മറിച്ചു സംഭവിച്ചാൽ ചിലതിനെ ഓലചുരുട്ടിപ്പുഴുവോ കുടൽപ്പുഴുവോ ആക്രമിക്കുമ്പോൾ അടുത്ത പാടത്ത് അതിന് കാലമായിട്ടുണ്ടാവില്ല. എങ്കിലും അത് മറ്റേ പാടത്തേക്ക് കടക്കാനിടയാക്കും. അങ്ങനെ ചെയ്യാതെ ഒരേ പാകമായ വിത്ത് ഏതാണ്ട് ഒരേ സമയത്തിറക്കിയാൽ അത് എല്ലാവരുടെയും കൃഷിക്ക് ഗുണം ചെയ്യും.

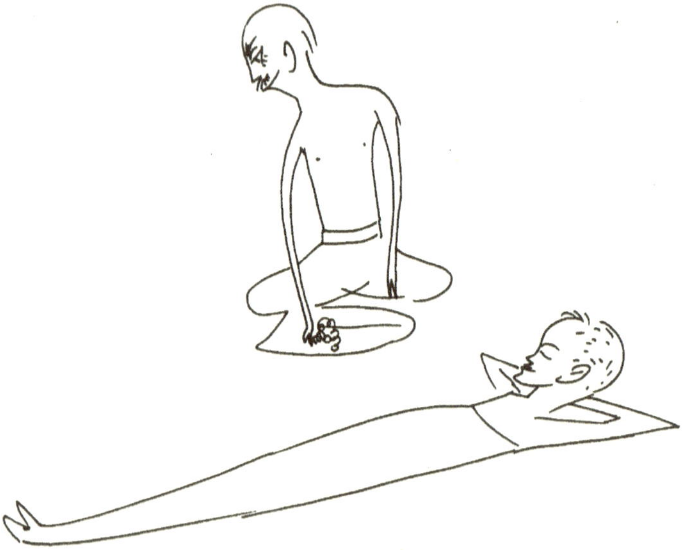

വിശപ്പിനും ഉറക്കിനും ക്ഷമയില്ല

മനുഷ്യശരീരത്തിന്റെ പ്രവർത്തനങ്ങളിലേക്ക് വെളിച്ചം വീശുന്ന പഴമൊഴിയാണ് വിശപ്പിനും ഉറക്കിനും ക്ഷമയില്ല എന്നത്. വിശക്കുമ്പോൾ ഭക്ഷണം, ക്ഷീണിക്കുമ്പോൾ ഉറക്കം ഇവ രണ്ടും പ്രധാന ശാരീരിക ആവശ്യങ്ങളാണ്. അത് പിന്നത്തേക്ക് മാറ്റി വെയ്ക്കരുത് എന്നാണ് പഴമൊഴിയുടെ സാരം. ആമാശയ രസങ്ങൾ ഒഴുകി ആമാശയത്തിൽ എത്തുന്നതുകൊണ്ടാണ് വിശക്കുന്നത്. ഭക്ഷണം ദഹിക്കാൻ ആമാശയരസത്തിന്റെ സഹായം വേണം. ആഗ്നേയ സ്വഭാവമുള്ള ആമാശയരസങ്ങൾ ഭക്ഷണപദാർത്ഥങ്ങളുമായി ചേരുമ്പോഴാണ് അത് ദഹിച്ച് ശരീരത്തിന് സ്വാംശീകരിക്കത്തക്ക വിധം പാകപ്പെടുന്നത്. പിന്നീടുള്ള അവയുടെ സഞ്ചാരവേളകളിൽ പല ഘട്ടങ്ങളിലായി ആവശ്യമുള്ള പോഷണങ്ങൾ ശരീരം സ്വീകരിക്കുന്നു. ഇത് ശരീരത്തിന്റെ ആരോഗ്യകരമായ നിലനിൽപ്പിനെ സഹായിക്കുന്നു. വിശപ്പു കുറയുകയോ സമയത്തിനു ഭക്ഷണം കഴിക്കാതിരിക്കുകയോ

ചെയ്താൽ ആരോഗ്യാവസ്ഥ തകരാറിലാവും. രോഗമുണ്ട് എന്നതിന്റെ സൂചനയാണ് വിശപ്പ് കുറയുന്നത്. ഉറക്കം കുറയുന്നതും രോഗലക്ഷണമാവാം. വിശക്കുമ്പോൾ ഭക്ഷണം കഴിക്കാതിരുന്നാൽ അൾസർ പോലെയുള്ള രോഗങ്ങൾ ഉണ്ടാവും എന്ന് പ്രത്യേകം പറയേണ്ടതില്ലല്ലോ. അതാണ് വിശപ്പിന് ക്ഷമയില്ല എന്നു പറയുന്നത്.

മനുഷ്യനെ സംബന്ധിച്ചിടത്തോളം സുഖവും ദുഃഖവും ശരീരപുഷ്ടിയും മെലിച്ചിലും ബലവും ബലക്കുറവും ശുക്ലസാന്നിധ്യവും ജ്ഞാനവും അജ്ഞാനവും എല്ലാം നിദ്രയെ അടിസ്ഥാനമാക്കിയുള്ളതാണ്. ശരീരത്തിന്റെ തേയ്മാനങ്ങൾ കുറേയെങ്കിലും പരിഹരിക്കുന്നത് ഉറങ്ങുമ്പോഴാണ്. വിശപ്പില്ലാതെ വന്നാൽ ഇഞ്ചിനീരും തേനും ഓരോ സ്പൂൺ വീതം ചേർത്തു കഴിക്കാം. പഴുത്ത കൈതച്ചക്കയുടെ നീര് ഒരു ഗ്ലാസ് കുടിച്ചാലും മതി. ചെറുനാരങ്ങ നീര്, ഇഞ്ചി നീര്, തേൻ ഇവ യോജിപ്പിച്ചു കഴിക്കാം. നന്നായി കുരുമുളക് ചേർത്ത തക്കാളി രസം കുടിച്ചാലും ഇഞ്ചിക്കറി കഴിച്ചാലും വിശപ്പുണ്ടാവും. അശ്വഗന്ധചൂർണം അഥവാ അമുക്കുരചൂർണം ഒരു സ്പൂൺ വീതം പാലിൽ ചേർത്ത് രാത്രി കിടക്കാൻ നേരം കഴിച്ചാൽ സുഖനിദ്ര കിട്ടും. കായത്തിരുമേനി എണ്ണ തലയിൽ തേച്ചാലും നല്ല ഉറക്കം കിട്ടും. ഉറക്കമിളച്ചതിന്റെ ക്ഷീണം മാറാൻ ഒരു ഗ്ലാസ് പാലും അൻപതു ഗ്രാം വെണ്ണയും കഴിച്ചാൽ മതി. ഏതായാലും സമയത്ത് ഉറങ്ങുകയും ഭക്ഷണം കഴിക്കുകയും ചെയ്തില്ലെങ്കിൽ അത് രോഗങ്ങളെ ക്ഷണിച്ചുവരുത്തുമെന്ന് ഉറപ്പ്.

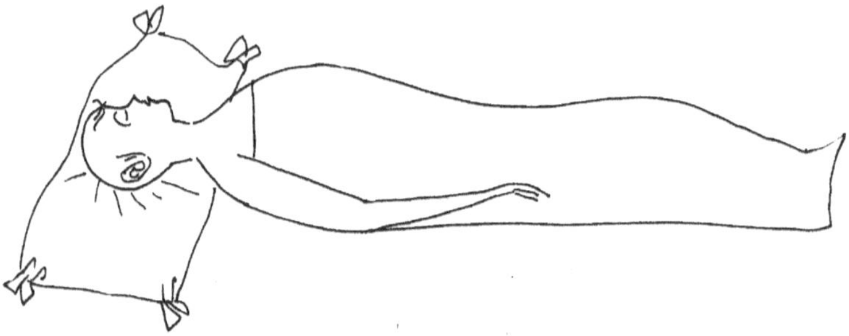

കിടന്നുറങ്ങണം
കിടന്നുറങ്ങരുത്

കിടന്നുറങ്ങണം എന്നതുകൊണ്ട് ഉദ്ദേശിക്കുന്നത് ഇരുന്നുറങ്ങരുത് എന്നാണ്. കിടന്നുറങ്ങരുത് എന്നതിന്റെ അർത്ഥമാകട്ടെ വെറുതെ ഏതുനേരവും കിടന്നുറങ്ങുന്ന ശീലം ഉപേക്ഷിക്കണമെന്നും. നട്ടെല്ല് മുപ്പത്തിമൂന്ന് കശേരുക്കളുടെ ശൃംഖലയാണ്. ഇടുപ്പിനു പിന്നിൽ പത്തെണ്ണമുണ്ട്. ഇരിക്കുമ്പോൾ ആ പത്തെണ്ണത്തെയാണ് ബാധിക്കുക. കശേരുക്കൾ തമ്മിലുള്ള ഉരസൽ ഒഴിവാക്കാൻ ഡിസ്കുകൾ സഹായിക്കുന്നു. ഇവയുടെ സ്ഥാനഭ്രംശം ഉളുക്ക്, നടുവേദന തുടങ്ങിയവയ്ക്ക് കാരണമാകുന്നു. നട്ടെല്ലിന് ആയാസമുണ്ടാവുന്ന രീതിയിൽ അധികനേരം ഇരുന്നാൽ നട്ടെല്ലിലെ അസ്ഥികൾക്കും മാംസപേശികൾക്കും തകരാറുണ്ടാവും. ഗാഢമായ ഉറക്കം കിട്ടാൻ ഇരുന്നുറങ്ങിയാൽ പോരാ. ദിവസം ശരാശരി എട്ടുമണിക്കൂർ ഉറങ്ങണം. അതിലധികം നേരം ഉറങ്ങരുത്.

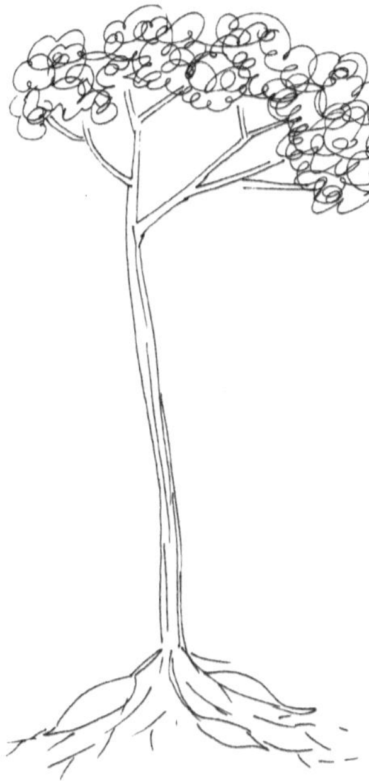

അതിവിടയമകത്തായാ ലതിസാരം പുറത്ത്

അതിവിടയം ഒരു ചെറിയ വൃക്ഷമാണ്. ഇതിന്റെ കിഴങ്ങ് അങ്ങാടി മരുന്നാണ്. അതിന്റെ ഔഷധഗുണത്തെ കുറിക്കുന്ന പഴമൊഴിയാണ് അതിവിടയമകത്തായാലതിസാരം പുറത്ത്. ജ്വരത്തോടു കൂടിയ അതി സാരത്തിനും രക്താതിസാരത്തിനും അതിവിടയത്തിന്റെ കിഴങ്ങ് ചേർത്ത ഔഷധങ്ങൾ നൽകാറുണ്ട്. ഈ കിഴങ്ങും ജാതിക്കയും പൊടിച്ച് തേനിൽ ചാലിച്ചാണ് കൊടുക്കാറ്. അതിവിടയം അരിഞ്ഞ് രാത്രി ഗോമൂത്രത്തിലിട്ടു വച്ച ശേഷം എടുത്ത് ഉണക്കിപ്പൊടിച്ചത് നിശ്ചിത അളവിലും ഉപയോഗി ക്കാറുണ്ട്. ദുർമ്മേദസ് പോവാനും അതിവിടയം ചേർത്ത ഔഷധങ്ങൾ നന്ന്. ശുദ്ധി ചെയ്ത കിഴങ്ങ് ഉണക്കിപ്പൊടിച്ച് പച്ചവെള്ളത്തിൽ ചേർത്ത് ആയുർവേദവിധി പ്രകാരം പതിവായി സേവിച്ചാൽ ദുർമ്മേദസ്സ് നീങ്ങും. കുടകപ്പാലയരി ചേർത്ത കുടജാരിഷ്ടം പോലെയുള്ള ഔഷധങ്ങളും അതിസാരത്തിന് ഉത്തമമാണ്.

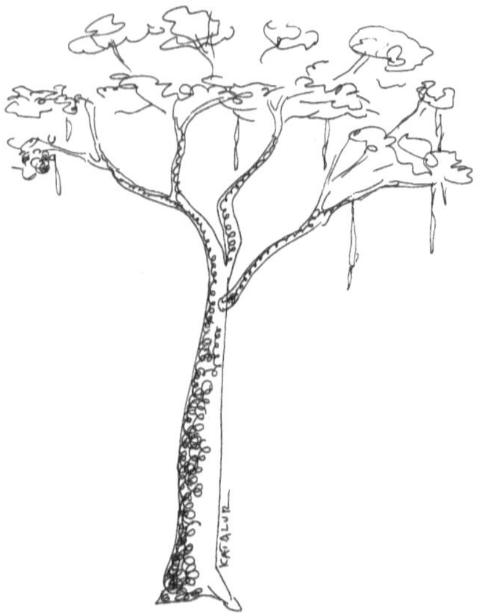

മുരിങ്ങയുണ്ടെങ്കിൽ മരുന്നു വേണ്ട

മുരിങ്ങ ആരോഗ്യത്തിന്റെ കലവറയാണെന്ന് സൂചിപ്പിക്കുന്ന പഴമൊഴിയാണിത്. മുരിങ്ങയിലയിൽ കരോട്ടിൻ ധാരാളമുണ്ട്. വൈറ്റമിൻ എ യുടെ വകഭേദമാണ് കരോട്ടിൻ. അത് കാഴ്ചശക്തിക്ക് വളരെ നന്ന്. കൊളസ്ട്രോൾ കുറയ്ക്കാൻ മുരിങ്ങയില വെളുത്തുള്ളി ചേർത്തരച്ച് അല്ലികളായി കഴിക്കാം. മുരിങ്ങമരത്തിന്റെ തോൽ നിശ്ചിത അളവിലെടുത്ത് കഷായം വച്ച് യവക്ഷാരം മേമ്പൊടി ചേർത്ത് കഴിച്ചാൽ മൂത്രക്കല്ല് പൊടിഞ്ഞുപോവും. മുരിങ്ങമരത്തിന്റെ തോൽ ഇടിച്ചു പിഴിഞ്ഞ നീര് അരിക്കാടിയിൽ തളിച്ച് ചൂടാക്കി പുരട്ടിയാൽ നീര് കുറയും. മുരിങ്ങയിലയിൽ ഒട്ടിമിക്ക വൈറ്റമിനുകളും അടങ്ങിയിട്ടുണ്ട്. ശോധന കൂട്ടാൻ മുരിങ്ങയില കൊണ്ടുള്ള വിഭവങ്ങൾ കഴിക്കാം. മുരിങ്ങപ്പൂവ് തോരൻ രുചികരം. മുരിങ്ങയ്ക്ക താഴോട്ടാണ് വളരുന്നതെങ്കിലും മുരിങ്ങയെ ആശ്രയിക്കുന്നവന്റെ ആരോഗ്യം എന്നും മേലോട്ടു തന്നെ.

പൂവാംകുറുന്തിലയ്ക്ക് പടിപ്പുരപ്പൊന്ന്

സ്ത്രീകൾ പൂവാങ്കുറുന്തില മുടിയിൽ ചൂടിയാൽ ഐശ്വര്യം വന്നെത്തും എന്നു വിശ്വാസം. ദശപുഷ്പങ്ങളിലൊന്നാണിത്. പൂവാങ്കുറുന്തിലയുടെ ദേവത ലക്ഷ്മിയാണ്. ഇതുമായി ബന്ധപ്പെട്ട ഒരു കഥ പ്രചാരത്തിലുണ്ട്. ഒരാൾ മുളങ്കുറ്റിയിൽ എണ്ണയുമായി കുളിക്കാൻ പോയി. എതിരെ വന്നയാൾ ചോദിച്ചു: കുംഭത്തിലെ എണ്ണയ്ക്ക് കണ്ണുണ്ടോ? കുളിക്കാൻ പോയ ആൾ: വെട്ടിത്താളി തേയ്ക്കാറുണ്ട്. എതിരെ വന്നയാൾ : അമ്മയ്ക്ക് കഞ്ഞി കൊടുക്കാറുണ്ടോ? കുളിക്കാൻ പോയ ആൾ : പൂവാങ്കുറുന്തില ചൂടാറുണ്ട്.

മുളങ്കുറ്റിയിൽ എണ്ണ സൂക്ഷിച്ചാൽ എണ്ണയ്ക്ക് ചൂട് കൂടും. അത് തലയിൽ തേച്ചാൽ കാഴ്ച കുറയുമെന്നാണ് എണ്ണയ്ക്ക് കണ്ണുണ്ടോ എന്നതുകൊണ്ട് ഉദ്ദേശിച്ചത്. വെട്ടിത്താളി നല്ല തണുപ്പാണ്. അതു തേക്കുമെന്ന് പറഞ്ഞത് അതുകൊണ്ടാണ്. വെട്ടിത്താളി പതിവായി തേച്ചാൽ ദാരിദ്ര്യം ഉണ്ടാവുമെന്നും വിശ്വാസമുണ്ട്. അതാണ് അമ്മയ്ക്ക് കഞ്ഞി കൊടുക്കാറുണ്ടോ എന്നതിന്റെ ധ്വനി. കുളിക്കാൻ പോയ ആൾ മറുപടി പറഞ്ഞല്ലോ പൂവാങ്കുറുന്തില ചൂടാറുണ്ട് എന്ന്. അത് ചൂടുന്നതോടെ സകല ഐശ്വര്യവും കൈവരും എന്നു ചുരുക്കം. വളരെ ചെറിയ നീലപ്പൂക്കളുമായി ചില ഗ്രാമങ്ങളിൽ ഇത് ധാരാളം കാണാറുണ്ട്.

മകരത്തിൽ പയർ മദിച്ചുനിൽക്കും

മകരത്തിൽ നെല്ല് കൊയ്തെടുക്കും. അപ്പോൾ ഇടവിളയായി പാടത്ത് പയർ വിതയ്ക്കും. ആ പയറിന് നല്ല കരുത്തുണ്ടാവും. മകരക്കൊയ്ത്തു കഴിഞ്ഞ നിലം ഉഴുതിടുമ്പോൾ പയർ വിത്തിടും. മീനത്തിലെ മഴയ്ക്ക് മുൻപ് വിളവെടുക്കും. എരിശ്ശേരിക്കും മറ്റും എടുക്കുന്ന പെരുമ്പയറാണ് കൂടുതലായും ഇങ്ങനെ കൃഷി ചെയ്തിരുന്നത്. പയർ വിളവെടുക്കുമ്പോൾ വിത്ത് മാത്രമേ എടുക്കൂ. ചെടി വേരോടെ അവിടെ നിലനിർത്തും. ആ നിലം ഉഴുതുമറിച്ചു കഴിഞ്ഞാൽ പയർചെടിയുടെ തണ്ടും വേരും ചേർന്ന മണ്ണിന് വളക്കൂറുണ്ടാവും. അതാണ് മീനത്തിൽ നെല്ല് വിതയ്ക്കുന്നത്.

മകത്തിന്റെ മുഖത്തെള്ളെറിഞ്ഞാൽ കുടത്തിന്റെ മുഖത്തെണ്ണ

മകം ഞാറ്റുവേലക്കാലത്ത് എള്ള് വിതയ്ക്കുന്നതാണ് ഏറ്റവും നല്ലത്. ചൊവ്വാഴ്ച എള്ള് വിതച്ചാൽ കൃഷി ഉടമ നശിച്ചു പോവുമെന്ന് പഴമക്കാർ കരുതിയിരുന്നു. വെള്ളിയാഴ്ച വിതച്ചാൽ എള്ള് മൊത്തത്തിൽ നശിക്കുമെന്നും. വ്യാഴാഴ്ച എള്ളു വിതച്ചാൽ ശരാശരി വിളവ് കിട്ടും. ഏറ്റവും ഉത്തമം ശനിയാഴ്ച വിതയ്ക്കുന്നതാണ്. ശനിദോഷത്തിനു വരെ പരിഹാരമാണ് എള്ള് എന്നാണല്ലോ വിശ്വാസം. കുടം മുഖത്തെണ്ണ എന്നതിനർത്ഥം സമൃദ്ധമായ വിളവു കിട്ടുമെന്നാണ്.

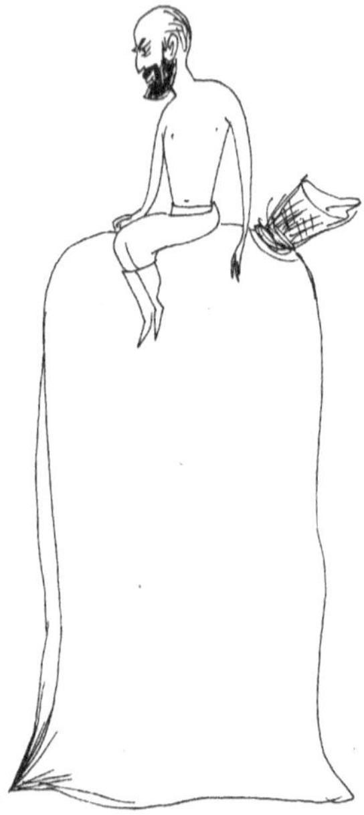

വിത്ത് വിറ്റ് വിരുന്നൂട്ടരുത്

ജീവിതത്തിൽ നാം പാലിക്കേണ്ട മൂല്യങ്ങളെ കൃഷിയുമായി ബന്ധപ്പെടുത്തുന്ന പഴമൊഴിയാണ് വിത്ത് വിറ്റ് വിരുന്നൂട്ടരുത് എന്നത്. വിത്ത് എടുത്ത് വിരുന്നൂട്ടിയാൽ ഭാവിയിലേക്ക് ഒന്നും കരുതി വയ്ക്കാനുണ്ടാവില്ല. അതിഥി സൽക്കാരത്തിന് പ്രാധാന്യം കൊടുക്കണമെന്നു കരുതി അവനവന്റെ നിലനിൽപ്പ് അപകടത്തിലാക്കുന്ന രീതിയിലാവരുത് അത്. മറ്റുള്ളവർക്കൊപ്പം ധനശേഷിയുള്ളവരാണ് നമ്മളും എന്നു വരുത്തിത്തീർക്കാൻ അതിഥി സൽക്കാരം നടത്തുന്നവരുണ്ട്. അത് നന്നല്ല.

അവനവന്റെ കൈയിലുള്ളതിനനുസരിച്ച് വേണം അതിഥിയെ സൽക്കരിക്കാൻ. അല്ലാതെ അതിഥിയുടെ നിലവാരമനുസരിച്ച് ആവരുത്. ഭാവിജീവിതത്തിൽ നമുക്ക് കിട്ടേണ്ട സൽഫലങ്ങൾ ഇല്ലാതാക്കാനേ അത് ഉപകരിക്കൂ. വീട്ടിൽ എത്ര ദാരിദ്ര്യമാണെങ്കിലും പത്തായത്തിൽ നിന്നും അടുത്ത വർഷം വിതയ്ക്കാനുള്ള നെല്ലെടുത്ത് ആരും വിരുന്നുകാരെ ഊട്ടില്ല. കൃഷിയും ജീവിതത്തചിന്തയുമായി പഴമൊഴികൾക്കുള്ള ബന്ധം കൂടി വിത്ത് വിറ്റ് വിരുന്നൂട്ടരുത് എന്നതിലുണ്ട്.

കല്ലാടും മുറ്റത്ത് നെല്ലാടില്ല

നെല്ല് മെതിച്ചുകൂട്ടാനുള്ള കളങ്ങളിൽ പണ്ട് കുട്ടികൾ കല്ല് കളിക്കുമായിരുന്നു. ഒരു നാടൻ കളിയാണത്. നെല്ല് ഐശ്വര്യദേവതയാണ്. അധ്വാനിക്കുന്നവരുടെ വിയർപ്പ് വീണ മണ്ണാണ് ആ കളങ്ങളിലേത്. അവിടെ കളിച്ചും മറ്റും അലസതയോടെ നേരം കളഞ്ഞാൽ വിളവു കുറയും എന്ന അർത്ഥത്തിലാണ് കുട്ടികളോട് കാരണവന്മാർ മക്കളേ, കല്ലാടും മുറ്റത്ത് നെല്ലാടില്ല എന്നു പറഞ്ഞിരുന്നത്. കൃഷി ചിന്ത കുട്ടികൾക്കും ഉണ്ടാവണം. കൃഷിയുടെ പ്രാധാന്യം അവരും അറിയണം. അലസത വെടിഞ്ഞാലേ ജീവിതത്തിലേക്ക് എന്തെങ്കിലും നീക്കിയിരിപ്പുണ്ടാവൂ എന്നതിനാൽ മടിയന്മാരോടും ഇങ്ങനെ പറയാറുണ്ട്.

ഇനം പാതി
പരിപാലനം പാതി

വിത്ത് നല്ലതാണെങ്കിൽ ഫലവും മികച്ചതായിരിക്കും. പക്ഷേ, വിത്ത് നല്ലതായതുകൊണ്ടു മാത്രം ഫലവും കേമമാവണമെന്നുറപ്പില്ല. അതിനെ വേണ്ടവിധം പരിപാലിക്കുകയും വേണം എന്ന അർത്ഥത്തിലാണ് 'ഇനം പാതി പരിപാലനം പാതി' എന്നു പറയുന്നത്. കൂടിയ ഇനം വിത്ത് വിതച്ചിട്ട് പിന്നീട് ആ ഭാഗത്തേക്ക് തിരിഞ്ഞുനോക്കാതിരുന്നാൽ നല്ല വിളവ് കിട്ടില്ലല്ലോ. വളവും വെള്ളവും വേണ്ട സമയത്ത് നൽകണം. കീടങ്ങളിൽ നിന്ന് അവയെ രക്ഷിക്കണം. അങ്ങനെ ഓരോ ഘട്ടത്തിലും നാം കൃഷി കാര്യങ്ങളിൽ ശ്രദ്ധ പുലർത്തണം. കുട്ടികളെ ശരിയായി വളർത്തണമെന്നു പറയുമ്പോഴും ഇനം പാതി പരിപാലനം പാതി എന്ന പഴമൊഴിക്ക് പ്രാധാന്യമുണ്ട്. സ്നേഹിക്കുകയും ശിക്ഷിക്കുകയും വിദ്യ നൽകുകയും ഒക്കെ ചെയ്യേണ്ട ഘട്ടങ്ങളിൽ അത് ചെയ്യാതെ നല്ല കുടുംബത്തിൽ ജനിച്ചെന്നു പറഞ്ഞതുകൊണ്ടു മാത്രമായില്ല എന്നു സാരം.

ഉടമയുടെ കണ്ണ്
നട്ടിക്കു വളം

നട്ടുണ്ടാക്കുന്നതിന് വെള്ളവും വളവും മാത്രം പോരാ ഉടമയുടെ ശ്രദ്ധ കൂടി ഉണ്ടാവണം എന്ന അർത്ഥത്തിലാണ് ഉടമയുടെ കണ്ണ് നട്ടിക്കു വളം എന്നു പറയുന്നത്. ചിലേടത്ത് ഇതിന് ഉടമയുടെ കണ്ണ് ഒന്നാന്തരം വളം എന്നും പറയാറുണ്ട്. ഏതു വിത്തായാലും വിളവെടുക്കുന്നതു വരെ നമ്മൾ കൂടെയുണ്ടാവണം. കാലാനുസൃതമായി ചെയ്യേണ്ടത് ചെയ്യണം. കള പറിക്കുക, ചാണകമിടുക, അമിതമായി വെള്ളക്കെട്ടുണ്ടോ എന്നു നോക്കുക, വെള്ളമൊഴിക്കുക, വിള കൊത്തിത്തിന്നാൻ വരുന്ന കിളികളിൽ നിന്നും മറ്റും അതിനെ സംരക്ഷിക്കുക എന്നിവ അതാത് സമയത്ത് ചെയ്യണം. കുട്ടികളെ വളർത്തുമ്പോഴും ഇത് ബാധകമാണ്. രക്ഷിതാക്കളുടെ കണ്ണ് എപ്പോഴും കുട്ടിയിലുണ്ടാവണം. അങ്ങനെയുള്ള കുട്ടികൾ നല്ലവരായി വളരും. തന്നെ ശ്രദ്ധിക്കാൻ രക്ഷിതാക്കളുണ്ട് എന്ന ചിന്ത നേരായ വഴി തെരഞ്ഞെടുക്കാൻ കുട്ടികളെ പ്രേരിപ്പിക്കും.

ഉഴുതു വരുന്നവനെ തൊഴണം

സമൂഹത്തിൽ കർഷകനു കൊടുക്കേണ്ട സ്ഥാനം എന്തെന്നു ബോധ്യപ്പെടുത്തുന്ന പഴമൊഴിയാണ് ഉഴുതു വരുന്നവനെ തൊഴണം എന്നത്. കലപ്പ പിടിച്ചു കൊണ്ടുവരുന്നവനെ നാം ബഹുമാനിക്കണം. പക്ഷേ നിർഭാഗ്യവശാൽ ഇന്ന് കർഷകന് വേണ്ടത്ര പരിഗണന കിട്ടുന്നില്ല. ഏതു തൊഴിലിനെക്കാളും മഹത്തായ തൊഴിലാണ് കൃഷി എന്ന് ഇന്നത്തെ തലമുറയ്ക്ക് അറിയില്ല. ഭക്ഷണം വരുന്നത് തീൻമേശയിൽ നിന്ന് നേരിട്ടാണെന്ന് അവർ വിചാരിക്കുന്നു. കർഷകൻ പ്രാകൃതമായ ഏതോ തൊഴിലിൽ ഏർപ്പെടുന്നവനാണ് എന്നാണ് കുട്ടികളുടെ ധാരണ. കർഷകന്റെ കലപ്പയാണ് വെള്ളക്കോളർ ജോലി ചെയ്യുന്നവരുടെ പച്ചമഷിയെക്കാൾ മഹത്തരം എന്ന് നാം അറിയാതെ പോവരുത്. ഏറ്റവും മഹത്തായ കൾച്ചർ അഗ്രികൾച്ചർ ആണെന്ന് ഇംഗ്ലീഷിൽ പോലും പറയാറുണ്ട്.

ഞാറുറച്ചാൽ ചോറുറച്ചു

ഞാറു നടേണ്ട രീതി അനുസരിച്ച് നട്ടാലേ അതിന് വേരോട്ടമുണ്ടാവൂ എങ്കിൽ മാത്രമേ ചോറ് ഉണ്ണാനുള്ളത് കിട്ടൂ എന്ന് സൂചിപ്പിക്കുന്ന പഴമൊഴിയാണ് ഞാറുറച്ചാൽ ചോറുറച്ചു എന്നത്. എങ്ങനെയെങ്കിലും ഞാറു നട്ടാൽ ചോറ് ഉണ്ണാൻ കഴിയുമെന്ന് ഉറപ്പില്ല. ഞാറു നടുമ്പോൾ അതിനു നിലമൊരുക്കണം. കൊത്തിക്കിളയ്ക്കുകയും മറ്റും ചെയ്യുന്നത് അതിനാണ്. വേരോടുന്നതിന് കാലാവസ്ഥ അനുകൂലമായ സമയത്ത് വേണം ഞാറു നടാൻ. ഞാറുകൾ തമ്മിൽ നിശ്ചിത അകലം പാലിക്കണം. ഇങ്ങനെ നടീലിന്റെ രീതിശാസ്ത്രം നമ്മെ ഓർമ്മിപ്പിക്കുന്ന പഴമൊഴിയാണിത്. മണ്ണറിഞ്ഞ് കൃഷി ചെയ്തില്ലെങ്കിൽ വിളവുണ്ടാവില്ല. ഒരു ചെടി മുറ്റത്ത് നടുന്നതിനു പോലും അതിന്റേതായ രീതിയുണ്ടെന്നിരിക്കെ എങ്ങനെയെങ്കിലും ഞാറു നട്ടിട്ട് ഒരു കാര്യവുമില്ലെന്നത് പ്രത്യേകം പറയേണ്ടല്ലോ.

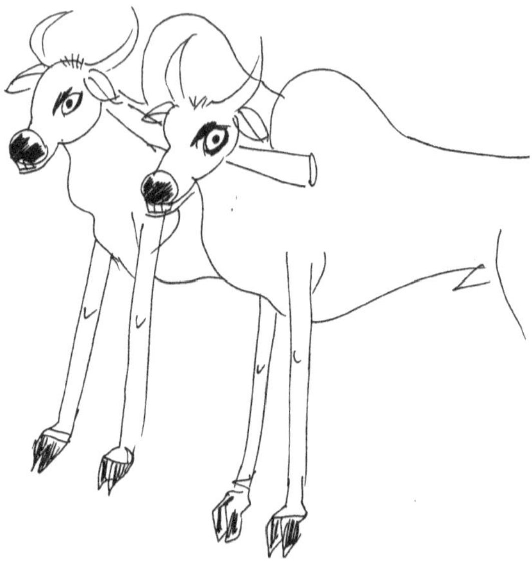

തൊണ്ണൂറ് ചാലു കൂട്ടിയാൽ വെണ്ണൂറ് വേണ്ട

ഉഴവിന്റെ പ്രാധാന്യം വ്യക്തമാക്കുന്ന പഴമൊഴിയാണ് തൊണ്ണൂറ് ചാലു കൂട്ടിയാൽ വെണ്ണൂറ് വേണ്ട എന്നത്. വട്ടത്തിൽ ഉഴുത് മറിക്കുമ്പോൾ തൊണ്ണൂറ് ചാൽ കലപ്പ കൊണ്ട് ഉഴുതു മറിച്ചാൽ മണ്ണിന്റെ അടരുകൾ എല്ലാം വിരിഞ്ഞ് അതിലേക്ക് സൂര്യപ്രകാശം കടന്നു ചെല്ലും. സൂര്യപ്രകാശം തട്ടിയാലേ മണ്ണിന് ആവശ്യമായ ധാതുലവണങ്ങൾ കിട്ടൂ. അത് മണ്ണിന്റെ പോഷകാംശം കൂട്ടും. നന്നായി ഉഴുതു മറിച്ചാൽ വെണ്ണൂറ് അഥവാ വെണ്ണീറ് (ചാരം), വളം എന്നിവ ഇടേണ്ട എന്നു സാരം. ഇങ്ങനെ പറയുന്നെന്നു കരുതി വളമിടേണ്ട എന്ന് അർത്ഥമാക്കരുത്. ഉഴവു നന്നാവണം. ഉഴുതുമറിക്കുന്നതിന് വളമിടുന്നതിന്റെ അത്രതന്നെ പ്രാധാന്യമുണ്ട് എന്ന് കരുതിയാൽ മതി.

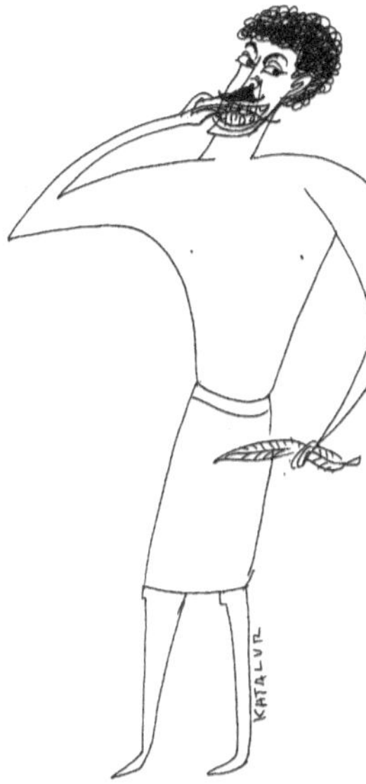

പഴുത്ത മാവിലകൊണ്ടു പല്ലുതേച്ചാൽ പുഴുത്ത പല്ലും നവരത്നമാകും

മാവിലയുടെ ഔഷധഗുണം വ്യക്തമാക്കുന്ന പഴമൊഴിയാണ് പഴുത്ത മാവിലകൊണ്ടു പല്ലു തേച്ചാൽ പുഴുത്ത പല്ലും നവരത്നമാകും എന്നത്. പഴുത്ത മാവില കൊണ്ട് പല്ലു തേച്ചാൽ പുഴുത്ത പല്ലും കവടിക്കു തുല്യം എന്നും പറയാറുണ്ട്. കവടിക്കു തുല്യം എന്നു പറഞ്ഞാൽ ജ്യോതിഷികൾ കവടി നിരത്താൻ ഉപയോഗിക്കുന്ന ചെറിയ ശംഖു പോലെ പല്ലു വെളുക്കും എന്നർത്ഥം. കിളിച്ചുണ്ടൻമാവിന്റെ പഴുത്ത ഇലയാണ് പല്ലു തേക്കാൻ ഉത്തമം. പഴുത്തമാവില കൊണ്ട് പല്ലു തേക്കുന്നത് മോണയ്ക്ക് ബലം നൽകും. മോണയിൽ നിന്ന് രക്തം വരുന്നവർ മാവില കൊണ്ടു പല്ലു തേക്കുന്നത് നന്ന്. വായ്നാറ്റം അകറ്റി പല്ലിന്റെ ഇനാമലിനെ സംരക്ഷിക്കാൻ മാവിലയ്ക്ക് കഴിയും. പഴുത്ത മാവിലയിട്ടു തിളപ്പിച്ചാറിയ വെള്ളത്തിൽ കുളിച്ചാൽ ശരീരവേദനയ്ക്ക് ആശ്വാസം കിട്ടും. ഉപ്പുമാങ്ങയിട്ട ശേഷം എടുക്കുന്ന മാങ്ങയണ്ടി വയറുകടി മാറാൻ മുത്തശ്ശിമാർ പണ്ട് കുട്ടികൾക്ക് നൽകിയിരുന്നു.

ഒരു പഴമൊഴി കേൾക്കുമ്പോൾ എന്തൊക്കെയാണ് പഠിക്കുന്നതെന്നു നോക്കൂ. നവരത്നങ്ങൾ ഏതെല്ലാമെന്ന് അറിയാനും ഈ പഴമൊഴി ഇടയാക്കുന്നു. മാണിക്യം, മുത്ത്, പവിഴം, പുഷ്യരാഗം, മരതകം, വജ്രം, ഇന്ദ്രനീലം, ഗോമേദകം, വൈഡൂര്യം എന്നിവയാണവ.

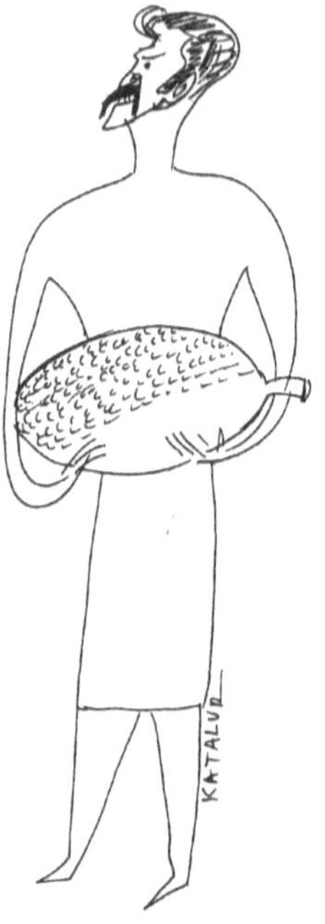

ചക്ക ദുഃഖം, മടലോക്കാനം, കുരു കീഴ്ശ്വാസം

പണ്ട് പഞ്ഞമാസമായ കർക്കിടകത്തിൽ പലർക്കും ചക്കയേ കഴിക്കാൻ കിട്ടിയിരുന്നുള്ളൂ. ചക്കയുടെ മടലു കഴിക്കുന്നത് ചിലരിൽ ഓക്കാനത്തിനും ചക്കക്കുരു വായുകോപത്തിനും ഇടയാക്കും. ഇതിനെ സൂചിപ്പിക്കുന്ന പഴമൊഴിയാണ് ചക്ക ദുഃഖം, മടലോക്കാനം, കുരു കീഴ്ശ്വാസം. എന്നാൽ തേൻവരിക്കയുടെ മടൽ കഴിച്ചാൽ ഓക്കാനം വരില്ല. പണ്ട് മുള്ള് ചെത്തിക്കളഞ്ഞ് ചവിണി കളഞ്ഞ് ചെറുകഷണങ്ങളാക്കി പച്ചയ്ക്ക് കഴിച്ചിരുന്നു. ചക്കമടലിലെ പെക്ടിന് ഔഷധഗുണമുണ്ട്. ചക്കപ്പഴം ജെല്ലി നിർമ്മിക്കുന്നത് ഇതുകൊണ്ടാണ്. ചക്കക്കുരു നന്നായി ചുരണ്ടിക്കളഞ്ഞ് കഴിക്കുന്നതാണ് വായുകോപത്തിനു കാരണം. ചക്കക്കുരുവിന്റെ ഏറ്റവും മുകളിലെ കട്ടിയുള്ള തൊലി മാത്രമേ കളയാവൂ. അതിനടിയിലെ മഞ്ഞയും ചുവപ്പും കലർന്ന ഭാഗം ചുരണ്ടാതെ കഴിച്ചാൽ വായുകോപം വരില്ല. കാൻസറിനെ പ്രതിരോധിക്കാൻ വരെ ചക്കക്കുരുവിന് കഴിയുമെന്ന് കണ്ടെത്തിയിട്ടുണ്ട്.

ഉച്ചക്കുളി പിച്ചക്കുളി, അന്തിക്കുളി ചന്തക്കുളി

അന്തരീക്ഷോഷ്മാവും കുളിയും തമ്മിൽ ബന്ധമുണ്ട്. വെയിൽ മൂത്ത് കഴിഞ്ഞ് കുളിക്കരുതെന്നാണ് ഉച്ചക്കുളി പിച്ചക്കുളി, അന്തിക്കുളി ചന്തക്കുളി എന്ന പഴമൊഴിയുടെ സാരം. വിയർപ്പ് കൂടുതലുള്ളപ്പോഴത്തെ കുളി വാതം കലശലാക്കും. ദരിദ്രവാസിക്കുളിയാണത്. ബ്രാഹ്മമുഹൂർത്തത്തിൽ, അതായത് പുലർച്ചെ ഏതാണ്ട് മൂന്നിനും നാലിനുമിടയിൽ കുളിക്കണമെന്ന് പഴമക്കാർ പറഞ്ഞിരുന്നു. രാവിലെ ഏഴുമണിക്കകമെങ്കിലും കുളിക്കണം. ഉച്ചയ്ക്കുള്ള കുളി നീർക്കെട്ടിനും ഇടയാക്കും. അത് മറ്റു പല രോഗങ്ങളിലേക്ക് നയിക്കും. എന്നാൽ പകൽ ജോലി കഴിഞ്ഞ് സന്ധ്യാവന്ദനവും മറ്റും വേണ്ടതിനാൽ സന്ധ്യക്കും കുളിക്കാം. ചന്തമോടെ ഇരിക്കാം. ചൂടത്ത് വിയർത്ത് വന്നാലുടൻ തണുത്ത വെള്ളം പോലും കുടിക്കരുതെന്ന് പറയുന്നത് വാതവും മറ്റും കൂടുമെന്നതിനാലാണ്. ഉച്ചക്കുളി ശീലമാക്കിയാൽ ശരീരവേദന പിടികൂടാനിടയുണ്ട്.

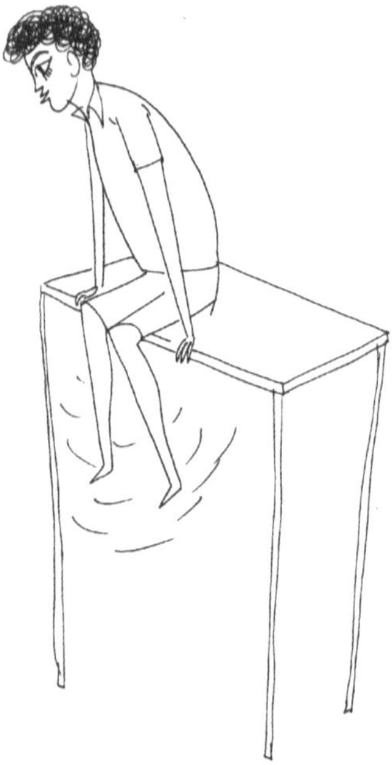

കാലാട്ടിയാൽ കടം വരും

ഒരു ജോലിയും ചെയ്യാതെ കാലാട്ടിക്കൊണ്ടിരുന്ന് നേരം കളഞ്ഞാൽ വീട് മുടിഞ്ഞു പോവും എന്നു മാത്രമല്ല കാലാട്ടിയാൽ കടം വരും എന്ന പഴമൊഴിയുടെ അർത്ഥം. വെറുതെ കാലാട്ടുന്നത് ശീലമാക്കിയാൽ തരുണാസ്ഥിക്ക് തേയ്മാനം വരും. എല്ലുകൾ തമ്മിലടുത്ത് നടക്കാൻ വയ്യാതാവും. കുടുംബം വിറ്റ് ചികിത്സിച്ചാലും രോഗം മാറില്ല. അസ്ഥി തേയ്മാനം ഇന്ന് പലരിലും കണ്ടുവരുന്നു. കൂടുതൽ പേർക്കും കാൽമുട്ടു തേയ്മാനമാണ്. സ്ത്രീകളെ അസ്ഥിതേയ്മാനം പലപ്പോഴും അലട്ടുന്നത് കാലാട്ടുന്നതുകൊണ്ടല്ല. ഏറെ നേരം നിന്നുകൊണ്ടുള്ള വീട്ടുജോലികളും മറ്റുമാണ് കാരണം. പ്രായമാവുന്തോറും കാൽമുട്ടുകളുടെയും മറ്റും സ്നിഗ്ധത കുറയും. ഗന്ധതൈലം പോലുള്ള ആയുർവേദ ഔഷധങ്ങൾ ഇത്തരക്കാർക്ക് നൽകാറുണ്ട്. പുരട്ടാനുള്ള തൈലങ്ങളും കഴിക്കാനുള്ള നെയ്യും സ്നിഗ്ധത വർദ്ധിപ്പിക്കും. പാൽ, മുട്ട, ഇലക്കറികൾ തുടങ്ങിയവ കഴിക്കുന്നത് അസ്ഥിതേയ്മാനം വരാതിരിക്കാൻ നന്ന്.

അമരത്തടത്തിൽ
തവള കരയണം

കുറച്ച് വിത്തു കൊണ്ട് ഏറെ വിളവ് ലഭിക്കുന്ന ഇനം കൃഷിയാണ് അമരക്കൃഷി. അതുമായി ബന്ധപ്പെട്ട് അമരയും അപരാധവും കുറച്ചു മതി എന്നൊരു ചൊല്ലുണ്ട്. ചെറിയ തെറ്റു മതി കൂടുതൽ പഴി കേൾപ്പിക്കാൻ എന്ന അർത്ഥത്തിലാണിത്. അമരവിത്ത് മേടത്തിൽ നടും. തുലാം ആവുമ്പോൾ പൂർണ വളർച്ചയെത്തും. ഇക്കാലത്ത് വലിയ മഴയില്ലാത്തതിനാൽ നന്നായി നനയ്ക്കണം. അമരയ്ക്ക് നന്നായി വെള്ളം വേണം. വെള്ളം ഉള്ളിടത്ത് തവള കാണുമല്ലോ. നനവു കിട്ടി അമരവള്ളികൾ പടർന്നു വരുമ്പോൾ കമ്പു കുത്തി പടർത്തിക്കൊടുക്കും. അത് പടർന്നു പന്തലിക്കും. അമര നടാൻ മണ്ണൊരുക്കുന്നവർ മണ്ണിൽ ചപ്പിലയിട്ട് കത്തിച്ച് ചാണകപ്പൊടി വിതറും. ചിലർ തടത്തിൽ ചപ്പില കൊണ്ട് തൂപ്പുണ്ടാക്കി അത് ചീഞ്ഞ ശേഷമാണ് വിത്തു നടുക.

വിത്തു കുറവെങ്കിൽ കൂടുതൽ പൂട്ടണം

കുറച്ച് വിത്തേയുള്ളൂ എങ്കിൽ അത്ര തന്നെ കുറച്ച് സ്ഥലത്ത് മാത്രമാണല്ലോ പൂട്ടാൻ കഴിയുക. അപ്പോൾപ്പിന്നെ കുറച്ചു വിത്തു കൊണ്ട് കൂടുതൽ വിളവുണ്ടാക്കാനുള്ള മാർഗമാണ് വിത്തു കുറവെങ്കിൽ കൂടുതൽ പൂട്ടണം എന്ന പഴഞ്ചൊല്ലിന്റെ സാരം. നിലം പല വട്ടം ഉഴുതു മറിച്ചാൽ കുറച്ചു വിത്തിൽ നിന്ന് കൂടുതൽ വിളവ് കൊയ്യാം. വിത്തു കുറച്ചാൽ സ്ഥലം ജാസ്തി പൂട്ടണം എന്ന് ഈ പഴമൊഴിക്ക് പാഠഭേദമുണ്ട്. ഏതു ജോലിക്കും നല്ല ഫലം കിട്ടണമെങ്കിൽ ചിന്താപരമായും സ്വഭാവപരമായും ആശയപരമായും അധ്വാനിക്കണം എന്ന പൊതുവായ അർത്ഥത്തിലും ഈ പഴമൊഴിക്ക് പ്രസക്തിയുണ്ട്.

വാഴയ്ക്ക് നനയ്ക്കുമ്പോൾ ചീരയും നനയും

വാഴ നടുന്നതിന് സമീപം ചീര നട്ടാൽ ചീരയ്ക്ക് പ്രത്യേകമായി ഒരു പരിപാലനം ആവശ്യമില്ല എന്ന അർത്ഥത്തിലാണ് വാഴയ്ക്ക് നനയ്ക്കുമ്പോൾ ചീരയും നനയും എന്നു പറയുന്നത്. ഇടവിളക്കൃഷി ചെയ്യുന്ന സമയത്ത് പറയുന്ന ന്യായമാണിത്. വാഴക്കൃഷിയുടെ ഇടവിളക്കൃഷിയായി ചീര നടാം. പ്രധാന വിളകൾക്ക് കിട്ടുന്ന ശുശ്രൂഷ കൊണ്ട് ഇടവിളകളും ആദായകരമായി നടത്താം. ചീരയ്ക്ക് പ്രത്യേകം നനയ്ക്കേണ്ട.

വലിയ ആൾക്കാരെ ആശ്രയിച്ചോ അവരുടെ സഹായിയായോ കഴിയുന്നവർക്ക് വലിയവർ നല്ലവരാണെങ്കിൽ അവരുടെ ഗുണങ്ങളും ആദായവും ലഭിക്കും. 'പ്രത്യേകിച്ച് ചെലവില്ലല്ലോ നിങ്ങൾക്കിതൊന്നു ചെയ്തു കൊടുത്തു കൂടെ' എന്നു പറയുമ്പോൾ ചിലർ ഓർമിപ്പിക്കാറുള്ള പഴമൊഴി കൂടിയാണിത്. വലിയ ആൾക്കാരുടെ കൂടെ നിൽക്കുന്നവർക്ക് എളുപ്പത്തിൽ പല കാര്യങ്ങളും നടന്നു കിട്ടുമല്ലോ.

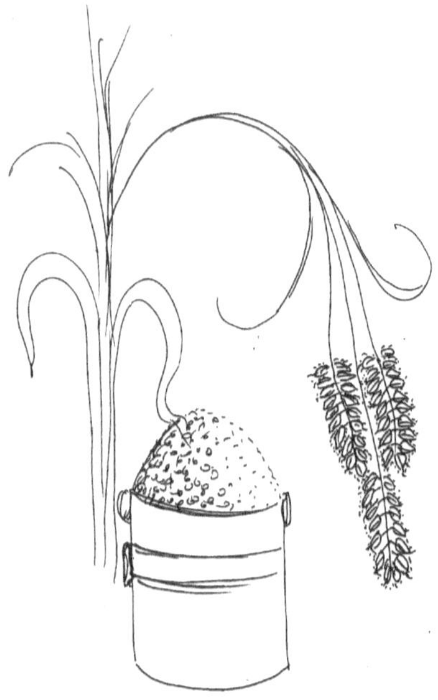

വിത്താഴം ചെന്നാൽ പത്തായം നിറയും

വിത്ത് പുറമെ വീണാൽ പാറപ്പുറത്തു വീണ വിത്തു പോലെയാവും. മഴയിൽ പൊട്ടിമുളച്ചാലും അപ്പോൾ തന്നെ ചീഞ്ഞു പോവുകയോ കിളികളോ മറ്റോ കൊത്തിക്കൊണ്ടു പോവുകയോ ചെയ്യും. വേണ്ട ഫലം കിട്ടില്ല. മുളച്ച വിത്ത് മണ്ണിൽ നിന്ന് ഈർപ്പവും വളവും പോഷകാംശങ്ങളുമൊക്കെ വലിച്ചെടുക്കണമെങ്കിൽ ആഴത്തിൽ നടണം. അപ്പോൾ പത്തായം നിറയാൻ തക്ക വിളവ് കിട്ടും. ആഴത്തിൽ വലയെറിഞ്ഞാൽ മീൻ കിട്ടും എന്നു പറയാറുണ്ടല്ലോ. ഏതു കാര്യവും ആഴത്തിലേക്ക് കടന്നു ചെന്നാൽ, ആത്മാർഥമായി ചെയ്താൽ അതിനു തക്ക മെച്ചമുണ്ടാവും.

നട്ടു തിന്നണം, ചുട്ടു തിന്നരുത്

നട്ടു തിന്നാൻ നല്ല പണിയുണ്ട്. ചുട്ടു തിന്നുന്നത് സൂത്രപ്പണിയാണ്. വിത്ത് വേണ്ട രീതിയിൽ ഉണക്കി നട്ട് പരിപാലിച്ച് അതിന് കതിരും പൂവും വരുന്നതും കാലാവസ്ഥാ മാറ്റങ്ങളും നോക്കി ചെടിയുടെ വളർച്ചയുടെ ഓരോ ഘട്ടത്തിലും വേണ്ട ശുശ്രൂഷ നൽകി അതിന്റെ ഫലമെടുക്കുമ്പോൾ, അതായത് നട്ടു തിന്നുമ്പോൾ സ്വാദ് കൂടും.

ചുട്ടു തിന്നുന്നതിന് സ്വാദും അത്ര തന്നെയേ ഉണ്ടാവൂ. എവിടെ നിന്നെങ്കിലും കിട്ടിയാൽ കഴിക്കാം, എങ്ങനെയെങ്കിലും വയറു പോറ്റിയാൽ മതി എന്ന മനോഭാവമാണ് ചുട്ടു തിന്നുക എന്ന വിചാരത്തിനു പിന്നിൽ. കൃഷിയുടെ മാഹാത്മ്യം അറിയാൻ നട്ടു തന്നെ തിന്നണം.

ആയിരം വട്ടി നെല്ല് വരുന്നതിനേക്കാൾ അരക്കറ്റ വരുന്നതാണ് നല്ലത്

ആയിരം വട്ടി നെല്ല് ഒരു സുപ്രഭാതത്തിൽ പാട്ടക്കൃഷിക്കാർ അധ്വാനിച്ച് വട്ടിയിലാക്കി കൊണ്ടുവന്ന് ഭൂവുടമയ്ക്ക് കാഴ്ച വയ്ക്കുന്നതാണ്. അങ്ങനെയുള്ള ആയിരം വട്ടി നെല്ല് പാട്ടമായി മുറ്റത്തു കിട്ടുന്നതിനെക്കാൾ ആത്മസംതൃപ്തി നാം സ്വയം കൃഷി ചെയ്തുണ്ടാക്കുന്നതിനാണ്. നെല്ല് ചെടിയിൽ തന്നെ നിൽക്കുന്നതിനെയാണ് കറ്റ എന്നു പറയുന്നത്. നാം തന്നെ കൃഷി ചെയ്ത് ഉണ്ണുന്നതിന് അധ്വാനിക്കാതെ കിട്ടുന്നതിനെക്കാൾ സ്വാദ് കൂടും. പണം കൊടുത്തു വാങ്ങുന്ന നെല്ലരിയെക്കാൾ പണിയെടുത്ത് കിട്ടുന്ന കല്ലരിക്കാണ് രുചി എന്ന പഴമൊഴി കൂടി ഈ സന്ദർഭത്തിൽ ഓർക്കാം.

നട്ടുണങ്ങിയ ഞാറും പെറ്റുണങ്ങിയ പെണ്ണും

മണ്ണിനെയും പെണ്ണിനെയും സംരക്ഷിക്കേണ്ടതിന്റെ പ്രാധാന്യം ഈ പഴമൊഴിയിലുണ്ട്. മണ്ണിനെയും പെണ്ണിനെയും സംരക്ഷിച്ചാൽ മാത്രമേ ഫലം കിട്ടൂ. പാടത്തു ഞാറു നട്ട ശേഷം വെള്ളം കിട്ടാതെ ഉണങ്ങി വരണ്ട നെൽച്ചെടിയെ പ്രസവരക്ഷ കിട്ടാത്ത സ്ത്രീകളോട് ഉപമിച്ചിരിക്കുന്നു. പ്രസവശേഷം വേണ്ട പരിരക്ഷ കിട്ടിയില്ലെങ്കിൽ പിന്നീടുള്ള കാര്യം പറയേണ്ടതില്ലല്ലോ. തള്ളയ്ക്കും പിള്ളയ്ക്കും അതു ദോഷം തന്നെ. പാലു കൊടുക്കാൻ അമ്മയ്ക്ക് ആരോഗ്യം ഉണ്ടാവില്ല. അതു കിട്ടാത്ത കുഞ്ഞിന്റെ കാര്യവും കഷ്ടം. നട്ടു കഴിഞ്ഞ് തിരിഞ്ഞു നോക്കിയില്ലെങ്കിൽ, കള പറിച്ചില്ലെങ്കിൽ, വെള്ളവും വളവും കൊടുത്തില്ലെങ്കിൽ ഞാറ് ഉണങ്ങിപ്പോവും. നാം മണ്ണും പെണ്ണും സംരക്ഷിക്കണം. മണ്ണും പെണ്ണും നന്നാക്കിയേടത്തോളമേ നന്നാവൂ എന്നു പറയാറുണ്ട്.

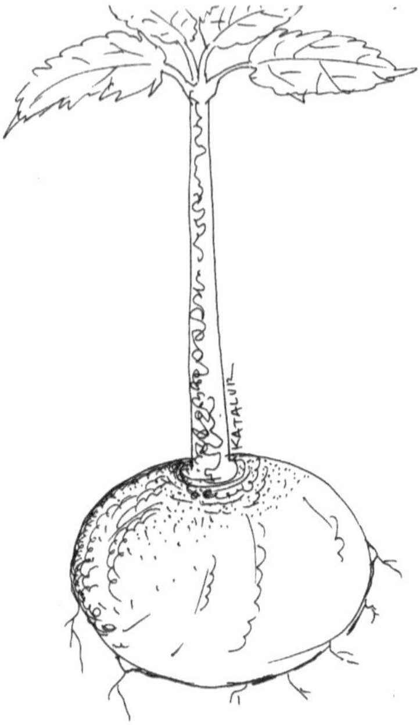

കുംഭച്ചേന കുടത്തോളം മീനച്ചേന മീൻകണ്ണോളം

കുംഭമാസത്തിലാണ് ചേന നടേണ്ടത്. കുംഭത്തിൽ നട്ടാൽ വളരെ വലിയ ചേന കിട്ടും. ചേന, കാച്ചിൽ, നനകിഴങ്ങ് തുടങ്ങിയ കിഴങ്ങുവർഗങ്ങളെല്ലാം നടേണ്ടത് കുംഭത്തിലാണ്. കിഴങ്ങു വർഗ്ഗങ്ങളിൽ ചേനയ്ക്ക് വിശേഷ പദവിയുണ്ട്. ആയുർവേദത്തിൽ പഥ്യസമയത്ത് കഴിക്കാവുന്ന കിഴങ്ങു വർഗങ്ങളിൽ പ്രാധാന്യം ചേനയ്ക്കുണ്ട്. ഭക്ഷണത്തിലും ചേനയ്ക്ക് പ്രാധാന്യം കൂടുതലാണ്. ചേന എല്ലാ കറികളിലും ഇടാം. ചേന മാത്ര മായും കറി വയ്ക്കാറുണ്ട്. നാരുകളുടെ അംശവും ചേനയിൽ അൽപ്പം കൂടുതലാണ്. ചേന കുംഭത്തിലെ വേനലിൽ നട്ട് ആ വേനലിൽ പിടിച്ചു നിന്ന് മീനത്തിൽ കിളിർത്തു വരണം. മേടത്തിൽ നല്ല വേരെടുത്തു വരും. മീനത്തിൽ നട്ടാൽ തീരെ ചെറിയ ചേനയേ കിട്ടൂ എന്നതിനാലാണ് മീന ച്ചേന മീൻകണ്ണോളം എന്നു പറയുന്നത്.

കൊന്ന പൂക്കുമ്പോളുറങ്ങിയാൽ മരുത് പൂക്കുമ്പോൾ പട്ടിണി

മരുത് മകരത്തിൽ പൂവിടും. കണിക്കൊന്ന പൂക്കുന്നത് മേടത്തിലാണല്ലോ. മേടത്തിൽ കൃഷിക്കിറങ്ങിയില്ലെങ്കിൽ പട്ടിണിയാവും എന്നാണ് ഈ പഴമൊഴി സൂചിപ്പിക്കുന്നത്. ഒന്നാം വിളവിലാണ് ആ വർഷത്തേക്കുള്ള ധാന്യങ്ങൾ പ്രധാനമായും കിട്ടുന്നത്.

രണ്ടാം വിളവിനുള്ള കൃഷി ചിങ്ങം - കന്നി മാസത്തിൽ തുടങ്ങും. മകരത്തിൽ കൊയ്യും. അത്രയും കാലം രണ്ടാം വിളവിനുള്ള വക ഒന്നാം വിളവിൽ നിന്നു ലഭിക്കണം.

ഒന്നാം വിളവ് അതായത് വിരിപ്പു കൃഷി, മീനം - മേടമാസത്തിൽ തുടങ്ങും. അപ്പോൾ അൽപ്പം മഴ കിട്ടിത്തുടങ്ങിയെങ്കിലായി. വേനൽ കഴിഞ്ഞ ശേഷം ഇടവപ്പാതിയേ കാര്യമായി കിട്ടൂ. വേനലിൽ കുറച്ച് പിടിച്ചു നിന്നിട്ട് വളരണമെന്നു സാരം. മേടത്തിൽ കൃഷിക്ക് കാലാവസ്ഥ അനുകൂലമാവുന്നു.

ആദി, പാതി, ഞാലി, പീറ്റ

വിളകളിൽ നിന്ന് വിത്തും നടീൽ വസ്തുക്കളും സംഭരിക്കേണ്ട സമയത്തെ കുറിക്കുന്ന ചൊല്ലാണിത്. ആദ്യം കായ്ക്കുന്ന പ്ലാവിലെ ചക്കയും മധ്യപ്രായത്തിലെത്തിയ തെങ്ങിൽ നിന്നുള്ള നാളികേരവും വെറ്റിലയുടെയും കുരുമുളകിന്റെയും നിലത്തു പടരുന്ന വള്ളിയും (ഞാലി) പഴയ കമുകിൽ നിന്നുള്ള അടയ്ക്കയും വിത്തിനായി തെരഞ്ഞെടുക്കണ മെന്നർത്ഥം. പീറ്റ എന്നതിന് പാറ്റ എന്നു ചിലേടത്ത് പറയാറുണ്ട്. നന്നായി മൂത്ത കവുങ്ങിന് പാറ്റക്കവുങ്ങ് എന്നു പറയും. തീരെ കനമില്ലാത്തതിന് പാറ്റ പോലെ എന്നു പറയാറുണ്ടല്ലോ. കവുങ്ങിന് പ്രായമാവുന്തോറും അതിന്റെ കനം കുറഞ്ഞു വരും. അങ്ങനെയുള്ള കവുങ്ങിന്റെ അടയ്ക്ക വേണം വിത്തിനെടുക്കാൻ.

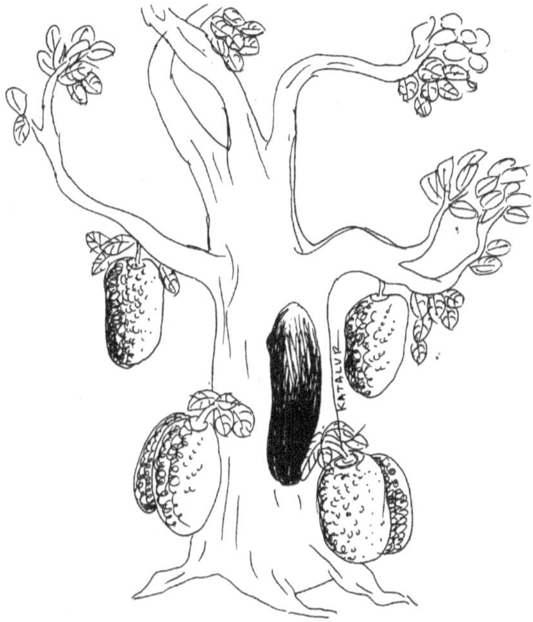

തുലാപ്പത്തു കഴിഞ്ഞാൽ
പിലാപ്പൊത്തിലും കിടക്കാം

തുലാമാസം പത്തു കഴിഞ്ഞാൽ തുലാവർഷം വഴിമാറും. പിന്നെ നമുക്ക് പ്ലാവിന്റെ പൊത്തിലും കിടന്നുറങ്ങാം. മഴ ഉണ്ടാവില്ല എന്ന അർത്ഥത്തിലാണ് ഇങ്ങനെ പറയുന്നത്. വിഷു കഴിഞ്ഞാൽ വേനലില്ല എന്ന ചൊല്ലും ഇതുപോലെ കാലാവസ്ഥയെ കുറിക്കുന്നതാണ്. വിഷു കഴിഞ്ഞാൽ ഇടവം, മിഥുനം, കർക്കടകം മാസങ്ങൾ മഴക്കാലമാണല്ലോ. വാക്കഴിഞ്ഞാൽ വർഷമില്ല എന്ന പഴമൊഴിയും ഏതാണ്ട് ഇതുപോലുള്ളതാണ്. വാക്കഴിഞ്ഞാൽ എന്നാൽ വാവു കഴിഞ്ഞാൽ എന്നർത്ഥം. തുലാമാസത്തിലെ വാവു കഴിഞ്ഞാൽ വൃശ്ചികമായി. പിന്നെ മഴ അധികം ഉണ്ടാകില്ല.

മഴ പെയ്താൽ പുഴയറിയും

മഴ പെയ്തുകഴിഞ്ഞാലേ പുഴയുടെ ആഴം, രൂപം, ഭാവം, ഒഴുക്ക്, വെള്ളത്തിന്റെ ശരിക്കുള്ള നിറം തുടങ്ങിയവ അറിയാനാവൂ. പുഴയുടെ പുറമെയുള്ള ഗതി കണ്ടാലും പുഴയുടെ സ്വഭാവം പറയാനാവില്ല. ഈ പഴമൊഴിക്ക് നമ്മുടെ ജീവിതവുമായി ബന്ധപ്പെട്ട ഒരർത്ഥം കൂടിയുണ്ട്. പുഴയെ ജീവിതത്തോട് ഉപമിക്കാം. മഴയെ ജീവിതാനുഭവങ്ങളായും സങ്കൽപ്പിക്കാം. അനുഭവങ്ങളിൽ നിന്നാണ് ജീവിതം എന്തെന്നറിയുക. ഒരാളുടെയും ജീവിതത്തെ അയാളുടെ ഭാവപ്രകടനങ്ങളോ കളിചിരിയോ കണ്ട് വിലയിരുത്താനാവില്ല. മഴ തകർത്ത് പെയ്യുമ്പോൾ പുഴയുടെ ഗതി വേറെയാവും എന്നതുപോലെയാണ് അനുഭവങ്ങളുടെ കുത്തൊഴുക്കിൽപ്പെടുന്ന ജീവിതത്തിന്റെയും കാര്യം. അനുഭവങ്ങളിലൂടെ ജീവിതത്തെ അളന്നെടുക്കാം എന്നതുപോലെ മഴ പെയ്യുമ്പോൾ പുഴയിലുണ്ടാകുന്ന ഭാവമാറ്റം കൊണ്ട് പുഴയെ അറിയണം.

കാലവർഷമകത്ത് തുലാവർഷം പുറത്ത്

തെങ്ങിന് തടമെടുത്ത് വളമിടുന്നത് കാലവർഷാരംഭത്തോടു കൂടിയാണ്. തുലാവർഷത്തോടു കൂടി തടം മൂടുകയും ചെയ്യണമെന്ന നിർദ്ദേശമാണ് ഈ ചൊല്ലിലുള്ളത്. കാലവർഷത്തിനു പെയ്യുന്ന മഴവെള്ളം തെങ്ങിന്റെ തടത്തിനകത്തും തുലാവർഷത്തിനു പെയ്യുന്ന മഴവെള്ളം തെങ്ങിനു വള മിട്ടു മൂടിയ തടത്തിനു പുറത്തും പെയ്യണം. ഏതാണ്ട് ജൂൺ - ജൂലൈ മാസങ്ങളിലാണ് തടമെടുക്കുന്നത്. കുറച്ചു നാൾ തടം തുറന്നിടും. പിണ്ണാക്ക്, പച്ചില, ചാണകം, ചാരം, എല്ലുപൊടി തുടങ്ങിയ വളങ്ങളിൽ ഏതെങ്കിലുമിടും. തുലാവർഷമാവുമ്പോഴേക്കും ഇതു മൂടും.

എള്ളിനേഴുഴവ്
കൊള്ളിനൊരുഴവ്

നിലം നന്നായി ഉഴുത് പാകമായെങ്കിലേ എള്ള് വിതയ്ക്കാനാവൂ. എള്ളിന് വില കൂടുതലാണ്. അപ്പോൾ കൃഷിക്ക് കുറച്ചധികം പണം ചെലവാക്കിയാലും നഷ്ടമില്ല. കൊള്ള് എന്നാൽ മുതിര. മുതിരയ്ക്ക് വലിയ ഉഴവ് വേണ്ട. നിലം ഒന്ന് ഉഴുതു മറിച്ചും മുതിര വിതയ്ക്കാം. മുതിരയ്ക്ക് വിലയും താരതമ്യേന കുറവാണ്. വിലക്കുറവുള്ള സാധനത്തിന് ഉഴവുകൂലി കൂടുതൽ കൊടുക്കേണ്ടല്ലോ. എള്ളിന് ഉഴുതാൽ മണ്ണ് പൊടി പോലെയാവണം. എള്ളുകൃഷിക്കാർ പറയാറുണ്ട്, കാട പറന്നാൽ പൊടി പാറും എന്ന്. അതുവഴി ഒരു കാടപ്പക്ഷി പറന്നു പോയാൽ പൊടി പാറണം എന്നർത്ഥം. അത്രത്തോളം മണ്ണ് പാകമാവണം.

എന്നെച്ചുമപ്പിച്ചാൽ ഞാനും ചുമപ്പിക്കും

ചേനക്കൃഷിയെക്കുറിച്ചുള്ള ചൊല്ലാണിത്. കുഴിയെടുത്ത് ചാണകപ്പൊടിയും മറ്റും ചേർത്ത് ചേന നട്ട ശേഷം കുഴിയുടെ മുകളിൽ ധാരാളം കരിയിലയിട്ടു മൂടും. ചേന നടുമ്പോൾ ഈ കരിയിലയിട്ടു മൂടൽ ഒഴിവാക്കാനാവില്ല. ചേന വിത്തിനെ മീനം - മേടം മാസങ്ങളിലെ ചൂടിൽ നിന്ന് സംരക്ഷിക്കാനാണ് ഇങ്ങനെ പുതയിടുന്നത്. ഇങ്ങനെ പുതപ്പിച്ചു കൊടുക്കുമ്പോൾ ചേന പറയുന്ന രീതിയിലാണ് ചൊല്ല്. അതായത് എന്നെ എത്രത്തോളം കരിയിലയിട്ടു മൂടി ചുമടെടുപ്പിക്കുന്നോ അത്രത്തോളം എന്റെ ചുമട് ഞാൻ നിങ്ങളെക്കൊണ്ട് എടുപ്പിക്കും എന്ന്. കരിയിലയിട്ടു മൂടുന്നതിന് അനുസരിച്ച് ചേനയ്ക്ക് വലിപ്പമുണ്ടാവും എന്നു സാരം. വലിയ ചേനയെ ആനച്ചേന എന്നു പറയാറുണ്ടല്ലോ.

എള്ളിലെ ലാഭം മുതിരയിൽ ചേതം

എള്ളിലെ വാരം മുതിരയിൽ തീരും എന്നാണ് ചിലേടത്ത് പറയാറ്. ഇഞ്ചി വാട്ടം മഞ്ഞളിൽ എന്നും ഒരു പഴമൊഴിയുണ്ട്. ഈ പഴമൊഴികൾ തമ്മിൽ ബന്ധമുണ്ട്. എള്ളും മുതിരയും കൃഷി ചെയ്താൽ എള്ളു കൃഷിയിൽ കിട്ടിയ ലാഭം മുതിരക്കൃഷിയിൽ വന്ന നഷ്ടത്തിനു പരിഹാരമാവും. അല്ലെങ്കിൽ തിരിച്ചുമാവാം. കൃഷിയിൽ നഷ്ടമുണ്ടാവുന്നത് കൃഷി കൊണ്ടു തന്നെ പരിഹരിക്കണം. ഒരു കൃഷിയിലുണ്ടായ നഷ്ടം മറ്റേ കൃഷിയിലെ ലാഭം കൊണ്ട് നികത്താൻ പറ്റിയ തരത്തിലുള്ള സമ്മിശ്രകൃഷിയാണ് വേണ്ടത്. ഇഞ്ചിക്കൃഷി മാത്രം ചെയ്യേണ്ട. മഞ്ഞളും മുതിരക്കൃഷിയും ആവാം. ഒരാൾക്ക് ഒരു കൃഷി മാത്രമായാലാണല്ലോ അത് നഷ്ടത്തിലായാൽ വലയുന്നത്.

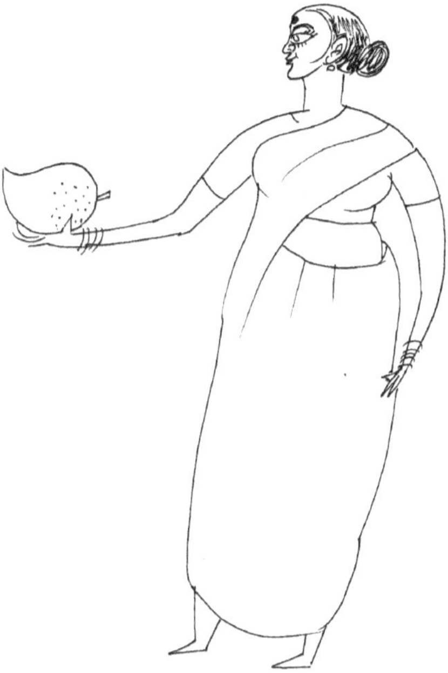

മാതാവൂട്ടാത്തത് മാവൂട്ടും

മാവിന്റെ ഗുണഗണങ്ങൾ നമ്മെ ഓർമിപ്പിക്കുന്നതാണ് ഈ പഴമൊഴി. മാമ്പഴം ധാതുപുഷ്ടിയുണ്ടാക്കും. വയറ്റിലെ കൃമികളെ നശിപ്പിക്കാൻ മാമ്പഴത്തിനു കഴിവുണ്ട്. മാമ്പഴം പതിവായി കഴിച്ചാൽ അൾസർ പോലെയുള്ള രോഗങ്ങളെ അകറ്റി നിർത്താം. പ്രോട്ടീൻ, അന്നജം, ധാതുക്കൾ എന്നിവ മാമ്പഴത്തിൽ അടങ്ങിയിട്ടുണ്ട്. വൈറ്റമിൻ സി, എ എന്നിവയുടെയും കലവറയാണിത്. പിത്തത്തെ ശമിപ്പിക്കാനും മാമ്പഴം ഉത്തമമാണ്. അധികം പഴുക്കാത്ത മാമ്പഴം കഴിക്കുന്നത് ശരീരത്തിന് കുളിർമയേകും. ദഹനശക്തി വർധിപ്പിക്കാനും മാമ്പഴം കഴിക്കാം. മാമ്പഴം മലബന്ധം ഒഴിവാക്കും. മാമ്പഴം കഴിച്ചിട്ടു പശുവിൻ പാൽ കുടിക്കുന്നത് രക്തം വർധിക്കാൻ നല്ലതാണ്.

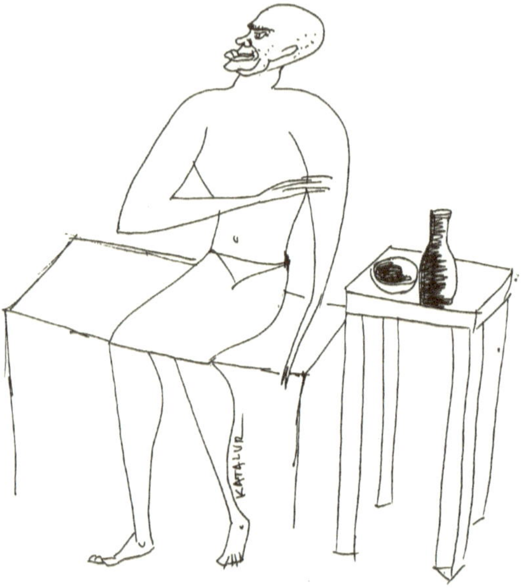

ഉരുട്ടിയൂണും പുരട്ടിക്കുളിയും

ഊണിന്റെയും കുളിയുടെയും പ്രാധാന്യം ചൂണ്ടിക്കാട്ടുന്ന പഴമൊഴിയാണിത്. ചോറ് വാരിവലിച്ചു തിന്നാതെ ഉരുളകളാക്കി കഴിക്കണം, എണ്ണ തേച്ചു കുളിക്കണം എന്നാണ് ഇതിന്റെ സാരം. ആഹാരം വെറുതെ വാരി വലിച്ച് വിഴുങ്ങരുത്. നന്നായി ഉരുട്ടി ചവച്ച് കഴിക്കണം. വളരെ വേഗത്തിലും വളരെ സാവധാനത്തിലും കഴിക്കരുത്. ആഹാരം തന്നെ ഔഷധമായി മാറണം.ദേഹ പ്രകൃതി, തൊഴിൽ, പ്രായം, കാലാവസ്ഥ എന്നിവ അനുസരിച്ച് ഉചിതമായ ആഹാരം ദഹനശക്തിക്കനുസരിച്ച് അവരവർക്കാവശ്യമുള്ള അളവിലേ കഴിക്കാവൂ.

എണ്ണ തേച്ച് ദിവസവും കുളിക്കണം. യൗവനം നിലനിർത്താനും വാതശമനത്തിനും നേത്രസുഖത്തിനും ത്വക്കിന് മാർദ്ദവം, ദൃഢത എന്നിവ കൈവരാനും ത്വക് രോഗങ്ങൾ വരാതിരിക്കാനും എണ്ണ തേച്ചു കുളി നന്ന്. എണ്ണ തേച്ചാലുടനെ കുളിക്കരുത്. തല, ചെവി, കാലുകൾ എന്നീ ഭാഗങ്ങളിൽ മുഖ്യമായും എണ്ണ തേയ്ക്കണം.

വിശക്കാൻ തക്കതുണ്ണണം
മറക്കാൻ തക്കത് പറയണം

വിശക്കുമ്പോൾ മാത്രം ഭക്ഷണം കഴിക്കുക, അമിത ഭക്ഷണം ഒഴിവാക്കുക എന്നതിനൊപ്പം ആരെയും നിന്ദിച്ചോ വേദനിപ്പിച്ചോ സംസാരിക്കരുത് എന്നും ഈ പഴമൊഴിക്ക് അർത്ഥമുണ്ട്. വിശക്കുന്നവനേ ആഹാരം ആസ്വദിക്കാനാവൂ. വിശക്കുമ്പോൾ മാത്രം ഭക്ഷണം കഴിക്കുക. രാവിലെയും വൈകീട്ടും മാത്രം ആഹാരം കഴിക്കുക എന്നതായിരുന്നു പണ്ടത്തെ രീതി. ഇടനേരങ്ങളിൽ ലഘുഭക്ഷണങ്ങളാകാം. അതാവട്ടെ പഴച്ചാറുകളോ വെള്ളമോ മറ്റെന്തെങ്കിലും പാനീയങ്ങളോ മതി. വിശക്കാൻ തക്കതുണ്ണമെങ്കിൽ എന്തു ചെയ്യണം? വയറിന്റെ പകുതി ഖരമായത് കഴിക്കാം. കാൽഭാഗം വെള്ളം, ബാക്കി കാൽഭാഗം ഒഴിച്ചിടണം. വയറ്റിലെ വായുവിന്റെ സുഗമമായ പ്രവർത്തനത്തിനും ദഹനത്തിനും അതാണ് നല്ലത്. ഭക്ഷണത്തിൽ ഷഡ് രസങ്ങളായ മധുരം, ഉപ്പ്, എരിവ്, ചവർപ്പ്, കയ്പ്, പുളി എന്നിവ ഉൾപ്പെടുത്തണം. വൈകിട്ട് ആറുമണി കഴിഞ്ഞാൽ കാര്യമായ ഭക്ഷണം പാടില്ല. ഉറങ്ങുന്നതിന് രണ്ടര മണിക്കൂർ മുൻപെങ്കിലും ആഹാരം കഴിക്കണം.

ഉണ്ണുമ്പോൾ മിണ്ടരുത്

ഉണ്ണുമ്പോൾ സംസാരിച്ചാൽ ശ്രദ്ധ തെറ്റും. ഏകാഗ്രത നഷ്ടപ്പെടും. ഭക്ഷണം ശ്വാസകോശത്തിൽ കുടുങ്ങി ജീവഹാനി വരെ ഉണ്ടാവാനും അതിടയാക്കും. കുട്ടികളോട് മിണ്ടാതിരുന്ന് കഴിക്ക്, മണ്ടയിൽ കയറും എന്ന് പറയുന്നത് ഭക്ഷണം ശ്വാസകോശത്തിൽ കയറും എന്നതിനാലാണല്ലോ. ടി.വി. കണ്ടും വായിച്ചുകൊണ്ടുമൊക്കെ ഭക്ഷണം കഴിക്കുന്ന പുതിയ തലമുറയുടെ രീതി നന്നല്ല. അന്നവും സരസ്വതിയും ഒരുമിച്ച് വാഴില്ല എന്ന് പഴമക്കാർ പറയുന്നതിന്റെയും കാരണം ഇതാണ്. ദഹനം ശരിയാവണമെങ്കിൽ ആഹാരം കഴിക്കുമ്പോൾ അതിൽ മാത്രമേ ശ്രദ്ധിക്കാവൂ. ഭക്ഷണം കഴിക്കുമ്പോൾ സംസാരിക്കുന്ന വിഷയങ്ങളുടെ പ്രത്യേകതയും ദഹനത്തെ ബാധിക്കും. ക്ഷോഭം വരുന്ന വിഷയങ്ങളിലേക്ക് സംഭാഷണം വഴി മാറിയാൽ അതും ദഹനത്തിന് തടസ്സമാകും.

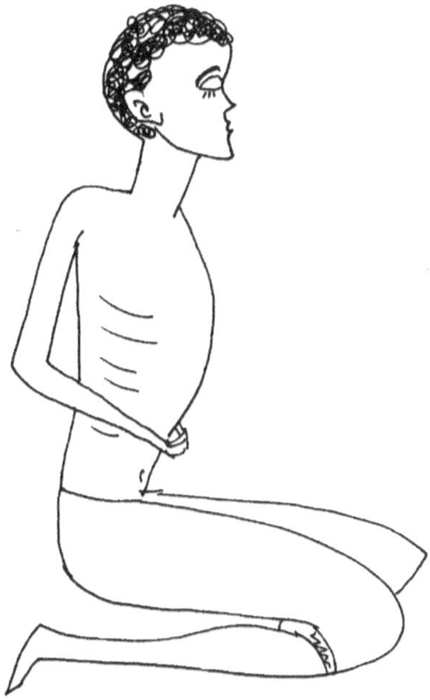

അത്താഴപ്പട്ടിണി കിടക്കരുത്

പ്രാതൽ പതിനൊന്ന് പന്ത്രണ്ട് മണിയോടെ, അത്താഴം ആറുമണിക്കകം ഇതായിരുന്നു പണ്ടത്തെ രീതി. അത്താഴം മുടങ്ങാതിരിക്കാൻ പ്രത്യേകം ശ്രദ്ധിക്കണം. കാരണം അതു കഴിഞ്ഞാൽ 12 മണിക്കൂർ കഴിഞ്ഞേ നാം എന്തെങ്കിലും കഴിക്കുന്നുള്ളൂ. അത്താഴം മുടങ്ങിയാൽ ഏതാണ്ട് 18 മണിക്കൂർ കഴിഞ്ഞേ വല്ലതും കഴിക്കുന്നുള്ളൂ എന്നോർക്കുക. അത്രയും സമയം വയർ ഒഴിഞ്ഞുകിടന്നാൽ അസിഡിറ്റി, ഗ്യാസ്ട്രബിൾ തുടങ്ങി ഒരു പിടി രോഗങ്ങൾക്ക് അത് കാരണമാകും. വിശപ്പ് വന്നാൽ ഉറക്കം കിട്ടില്ലല്ലോ. അത്താഴം പക്ഷേ ലഘുവാകണം. അതാണ് അത്താഴം അത്തിപ്പഴത്തോളം എന്നുപറയുന്നത്.

പോക്കുവെയിൽ കൊണ്ടാൽ പൊന്നുപോലാകും

വൈകുന്നേരത്തെ വെയിലാണ് പോക്കുവെയിൽ. അതിൽ ഇൻഫ്രാറെഡ് രശ്മി കൂടുതലായതിനാൽ അത് കൊള്ളുന്നത് നല്ലതാണ്. അതിൽ വിറ്റാമിൻ ഡി ഉണ്ട്. ചർമ്മത്തിന് തിളക്കമേറും. എന്നാൽ രാവിലത്തെ വെയിലിൽ അൾട്രാവയലറ്റ് രശ്മി കൂടുതലായതിനാൽ അത് പതിവായി കൊള്ളുന്നത് ദോഷം ചെയ്യും. പ്രഭാതസൂര്യൻ, പ്രായം കൂടിയ സ്ത്രീയുമായുള്ള ബന്ധം, ശ്മശാനത്തിലെ പുക, അഴുക്ക് വെള്ളം, രാത്രിയിൽ തൈരുകലർന്ന ഭക്ഷണം എന്നിവ ദിവസം ചെല്ലുന്തോറും രോഗം കൂട്ടുമെന്ന് അഷ്ടാഗഹൃദയം പറയുന്നു. എന്നാൽ വൈകിട്ടത്തെ സൂര്യൻ, ഹോമപ്പുക, തന്നിലും പ്രായം കുറഞ്ഞ സ്ത്രീയുമായുള്ള ബന്ധം, ശുദ്ധജലം, രാത്രിയിൽ പാൽകുടിക്കുന്നത് എന്നിവ ആയുസ്സ് കൂട്ടുമെന്നും അഷ്ടാഗഹൃദയത്തിലുണ്ട്.

അമ്പത്താറ് കഴിഞ്ഞാൽ കൊമ്പത്തും കയറാം

പ്രസവത്തോടെ ശരീരത്തിനുണ്ടാകുന്ന ക്ഷീണം മുഴുവൻ 56 ദിവസത്തെ മരുന്ന് സേവയിലൂടെ നീങ്ങണം. പ്രസവരക്ഷയ്ക്കുള്ള മരുന്ന് കഴിച്ച് ശരീരം പുഷ്ടിപ്പെട്ടാൽ ശരീരം പൂർവ്വസ്ഥിതിയിലാകും. പിന്നീട് ഏതു ജോലിയും സ്ത്രീകൾക്ക് നിഷ്പ്രയാസം ചെയ്യാം എന്നർത്ഥം. ഒരു ചാന്ദ്ര മാസം എന്നാൽ 28 ദിവസമാണ്. രണ്ടു ചാന്ദ്രമാസം എന്ന കണക്ക് വച്ചാണ് 56 ദിവസത്തെ വിശ്രമം നിഷ്കർഷിക്കുന്നത്. പത്ത് മാസമാണ് പ്രസവ കാലം എന്നാണ് പൊതുവെ പറയാറെങ്കിലും 280 ദിവസം എന്നതാണ് ശരിയായ കണക്ക്. ഇതും പത്ത് ചാന്ദ്രമാസം എന്ന കണക്കിലാണ്.

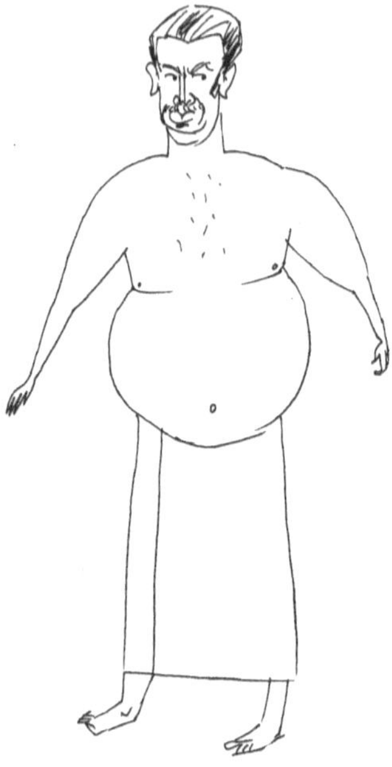

അമ്പതായാൽ കുമ്പ ചാടും

അധ്വാനവും വ്യായാമവുമൊക്കെ അൻപതാം വയസ്സിൽ കുറയാനിടയുണ്ട്. അത്തരക്കാർ വേഗം കുടവയറന്മാരാകുമെന്ന് അമ്പതായാൽ കുമ്പ ചാടുമെന്ന പഴമൊഴി സൂചിപ്പിക്കുന്നു. അൻപത് കഴിയുന്നതോടെ കുറെയൊക്കെ ഒതുങ്ങിക്കൂടാനും ഒരിടത്തിരുന്ന് ജോലി ചെയ്യാനും പലർക്കും താൽപ്പര്യം കൂടും. അത് ദുർമേദസ്സിനും കുടവയറിനുമിടയാക്കും. വ്യായാമം ഇല്ലെങ്കിൽ മാംസപേശികൾ അയഞ്ഞ് തൂങ്ങും. അടിവയറിന്റെ ഭാഗത്ത് കൊഴുപ്പ് അടിയും. വ്യായാമം ചെയ്യുന്നവരുടെ മാംസപേശികൾക്ക് നല്ല ദൃഢത കൈവരും, നാല്പത് വയസ്സ് കഴിഞ്ഞാൽ എണ്ണയും കൊഴുപ്പും കലർന്ന ഭക്ഷണം അധികം കഴിക്കരുത്. പിന്നീടങ്ങോട്ട് പല വ്യായാമങ്ങളും ഒഴിവാക്കുന്നതും ഉചിതം. ഓട്ടം, ഭാരം ഉയർത്തൽ, ഫുട്ബോൾ എന്നിവ വേണ്ട. വിയർക്കുന്ന വിധം ദിവസേന അര മണിക്കൂർ നടക്കാം. സൈക്കിൾ സവാരി നല്ലതാണ്. മറ്റു പല രോഗങ്ങളും ഉള്ളവരിൽ നാല്പത് കഴിയുന്നതോടെ വ്യായാമം അധികമായാൽ രോഗം കൂടാനാണ് സാധ്യത.

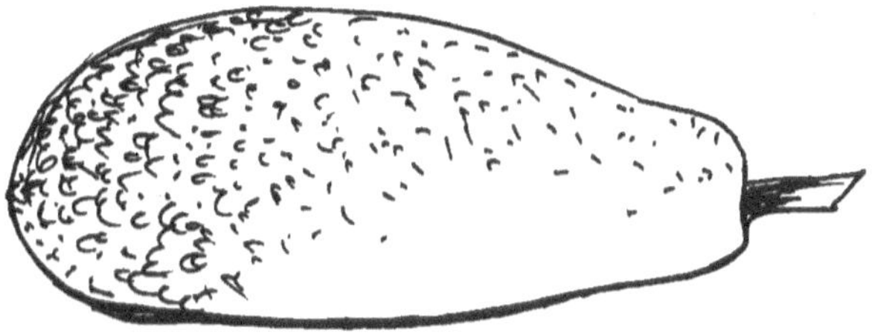

ചക്ക അധികം തിന്നാൽ ചുക്ക് തിന്നേണ്ടി വരും

കൂട്ടുകുടുംബസമ്പ്രദായം നിലനിന്ന കാലത്ത് ധാരാളം അംഗങ്ങൾ ഉള്ളതിനാൽ എല്ലാവർക്കും ആഹാരം സുഭിക്ഷമായിരുന്നില്ല. പറമ്പിലെ പ്ലാവിൽ നിന്നും ഒന്നോ രണ്ടോ ചക്കയിട്ട് ചക്കപ്പുഴുക്ക് ഉണ്ടാക്കി വിശപ്പടക്കുന്നവരായിരുന്നു അന്ന് കൂടുതലും. ആ കാലത്തേക്ക് നമ്മെ കൂട്ടിക്കൊണ്ടുപോവുന്നതാണ് ചക്ക അധികം തിന്നാൽ ചുക്ക് തിന്നേണ്ടി വരും എന്ന പഴമൊഴി. ചക്ക ധാരാളമായുള്ളതിനാലും മറ്റൊന്നും കഴിക്കാൻ കിട്ടാത്തതിനാലും ചക്കപ്പുഴുക്ക് ഇഷ്ടം പോലെ അകത്താക്കിയെന്നു വരാം.

പക്ഷേ ഇത് അധികം കഴിച്ചാൽ ദഹിക്കാൻ പ്രയാസമാണ്. ചുക്കുവെള്ളം കുടിക്കുകയേ പിന്നെ രക്ഷയുള്ളൂ. ഇരുമ്പുലക്ക വിഴുങ്ങിയാലും ചുക്കുവെള്ളം കുടിച്ചാൽ മതി എന്ന് അതിശയോക്തി കലർത്തി പറയുന്നതിന്റെയും സാരം എന്തിനെയും ദഹിപ്പിക്കുവാനുള്ള ചുക്കിന്റെ കഴിവാണ്. അഗ്നിദീപ്തിയെ വർദ്ധിപ്പിക്കുന്നതാണ് ചുക്ക്.

ആമാശയത്തിന്റെയും കുടലിന്റെയും പ്രവർത്തനത്തെ ഉത്തേജിപ്പിക്കാൻ ചുക്കിന് കഴിവുണ്ട്. ഛർദ്ദി, വാതം, ചുമ, കഫം, വയർ വീർക്കുക തുടങ്ങിയവയെ ചുക്ക് ശമിപ്പിക്കും. സ്വരം നന്നാവാനും ചുക്ക് നല്ലതാണ്. ചുക്ക്, ഏലയ്ക്ക, വെളുത്തുള്ളി ഇവ സമം എടുത്ത് കഷായം വെച്ച് 25 മില്ലി വീതം ദിവസം രണ്ടു നേരം കഴിച്ചാൽ വയറുവേദനയും ദഹനക്കുറവും ശമിക്കും.

കൊഞ്ചഞ്ച് കറി എന്നു പറയാറുണ്ട്. കൊഞ്ച് അതായത് ചെമ്മീൻ കൂടുതലുള്ളപ്പോൾ ചില വീടുകളിൽ അതുകൊണ്ടായിരിക്കും സകല കറിയും. കൊഞ്ച് കറി, കൊഞ്ച് ചമ്മന്തി, കൊഞ്ച് തോരൻ, കൊഞ്ചും മാങ്ങയുമിട്ട കറി, കൊഞ്ച് വറുത്തത്, കൊഞ്ച് അച്ചാർ... ഇങ്ങനെ. ഇതുപോലെയാണ് ചക്കയുടെയും കാര്യം. ചക്ക കൊണ്ട് പുഴുക്കെന്നല്ല, ചക്കത്തോരൻ, ചക്ക പ്പായസം തുടങ്ങിയ പല വിഭവങ്ങളുണ്ടാക്കും വീടുകളിൽ. പക്ഷേ, അമിതമായി കഴിച്ചാൽ ചുക്കുവെള്ളം തന്നെ ശരണം.

ഓണമുണ്ട വയറേ ചൂളം പാടിക്കെട

ഓണത്തിന് പരിപ്പും സാമ്പാറും ഓലനും പായസവുമൊക്കെ അകത്തു ചെല്ലേണ്ട താമസം വയറു പാട്ടു തുടങ്ങും. മൂളിപ്പാട്ട്. അതിനെക്കുറിച്ചാണ് 'ഓണമുണ്ട വയറേ ചൂളം പാടിക്കെട' എന്ന പഴമൊഴി. സദ്യ കഴിയുമ്പോൾ വായുകോപം മൂലവും മറ്റും വയറ്റിൽ മൂളലും ഞരങ്ങലുമൊക്കെ ഉണ്ടാകും. സദ്യയ്ക്കൊടുവിൽ പച്ചമോര് കുടിക്കുന്നത് ഇത്തരം ഉദരപ്രശ്നങ്ങൾ ഒഴിവാക്കാനാണ്. പാണ്ഡവർക്ക് സദ്യ കൊടുത്തപ്പോൾ വയറ്റിലുണ്ടായ ചില്ലറ പ്രശ്നങ്ങൾക്ക് പരിഹാരമായി എന്തൊക്കെയാണ് ബ്രാഹ്മണർ ചോദിച്ചിരുന്നത് എന്നതിനെക്കുറിച്ച് കുഞ്ചൻ നമ്പ്യാർ പാത്രചരിതം എന്ന തുള്ളൽ കാവ്യത്തിൽ പറയുന്നുണ്ട്. വൈദ്യത്തിൽ നമ്പ്യാർക്കുണ്ടായിരുന്ന പാണ്ഡിത്യത്തിനു തെളിവാണ് അദ്ദേഹം ഔഷധങ്ങളെക്കുറിച്ചും ചികിത്സാ വിധികളെക്കുറിച്ചും പറയുന്ന ഭാഗങ്ങൾ. സദ്യ കഴിച്ച ബ്രാഹ്മണർ എന്തൊക്കെയാണ് ആവശ്യപ്പെടുന്നതെന്നു നോക്കൂ.

‘പുളിയാറിലയും മാവിൻ തളിരും
പുളിവേർ മാതള നാരങ്ങയും
പൊളിയല്ലീവക കൊണ്ടൊരു
മുക്കുടി തെളിവൊടു വേണമെനിക്കെന്നൊരുവൻ’
‘കാച്ചിയ മോരിൽ നവായസ ഗുളിക പൊടിച്ച് കലക്കിത്തരണമതിങ്ങ്
കുടിച്ചെന്നാകിൽ ഇരുനാഴി
ച്ചോറുഭുജിച്ചീടാമിനിയെന്നൊരു
വിപ്രൻ....’

എന്നിങ്ങനെ പോവുന്നു അത്.

മുസ്താരിഷ്ടം, കുടജാരിഷ്ടം, പിപ്പല്യാസവം, അഷ്ടചൂർണ്ണം, ഹിംഗുവചാദി ചൂർണ്ണം, മദീഫല രസായനം, നല്ല കുരുമുളക് രസം തുടങ്ങിയവ ഇത്തരം സന്ദർഭങ്ങളിൽ ഉദരാസ്വാസ്ഥ്യങ്ങൾ ശമിക്കാൻ സഹായിക്കും.

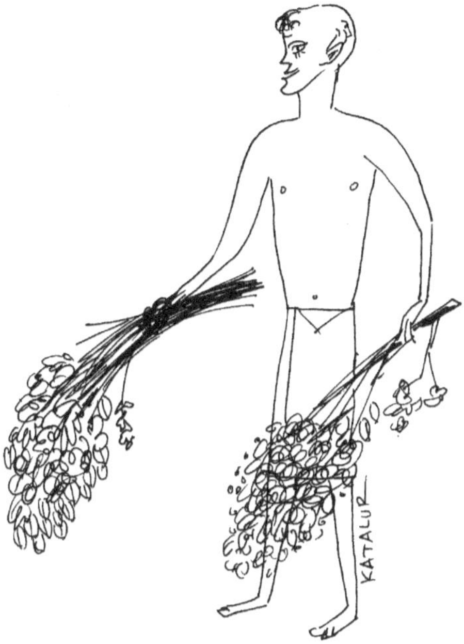

കർക്കടകത്തിൽ പത്തില കൂട്ടണം

കർക്കടകത്തിൽ പത്തില കൂട്ടണമെന്ന പഴമൊഴി ആരോഗ്യ സംബന്ധിയായ ഒരു ഉപദേശം തന്നെയാണ്. കനത്ത മഴ മൂലം ഏതു ജോലി ചെയ്യാനും കർക്കടകത്തിൽ ഉത്സാഹം തോന്നില്ല എന്നതിനാലാണ് ഇങ്ങനെ ഔഷധമൂല്യമുള്ള പലതും കർക്കടകത്തിൽ കഴിക്കണമെന്ന് പറയുന്നത്. താള്(മാറാൻ ചേമ്പിന്റെ തണ്ട്), തകര, ചീര, ചേന, മത്തൻ, കുമ്പളം, ഉഴുന്ന്, പയർ, ആനത്തൂവ, നെയ്യുണ്ണി എന്നിവയുടെ ഇലകളാണ് പത്തിലകൾ. ചില സ്ഥലങ്ങളിൽ ഉഴുന്നിന്റെ ഇലയ്ക്ക് പകരം തഴുതാമ

ആണ്. ദുർമേദസ്സ് ഇല്ലാതാക്കാനും ശരീരത്തിലെ വിഷാംശങ്ങൾ പുറന്തള്ളാനും ശരീരശുദ്ധിക്കും ഈ ഇലകൾ സഹായിക്കും. പണ്ടൊക്കെ കർക്കടകത്തിൽ ഉച്ചയൂണിനൊപ്പം ഈ ഇലകൾ ചേർത്തുണ്ടാക്കിയ പത്തില ഉപ്പേരി എന്ന വിഭവം ഉണ്ടായിരുന്നു. ഇലകൾ കഴുകി അരിഞ്ഞ് കടുക്, മുളക്, ഉഴുന്ന്, പരിപ്പ്, കറിവേപ്പില എന്നിവ ചേർത്ത് വറുത്ത് ഉപ്പും മഞ്ഞൾപ്പൊടിയും ചേർത്തിളക്കി ചെറുചൂടോടെ തേങ്ങാപ്പീരയും പച്ചമുളകും ചേർത്താണ് പത്തില ഉപ്പേരി പാകം ചെയ്യുന്നത്. ചില മാസങ്ങളിൽ മുരിങ്ങയിലയ്ക്ക് കട്ടുണ്ട്. കർക്കടകം പഞ്ഞമാസമായതിനാൽ പല വീടുകളിലും വിഭവസമൃദ്ധമായ ഭക്ഷണത്തിന് വകയുണ്ടാകണമെന്നില്ല. അപ്പോൾ തൊടിയിലും പറമ്പിലുമൊക്കെ വളരുന്ന ചെടികളിൽ നിന്നു തന്നെ മുടക്കു മുതലില്ലാതെ നല്ല കറിയുണ്ടാക്കാം എന്ന സന്ദേശവും ഈ പഴമൊഴിയിൽ അടങ്ങിയിട്ടുണ്ട്.

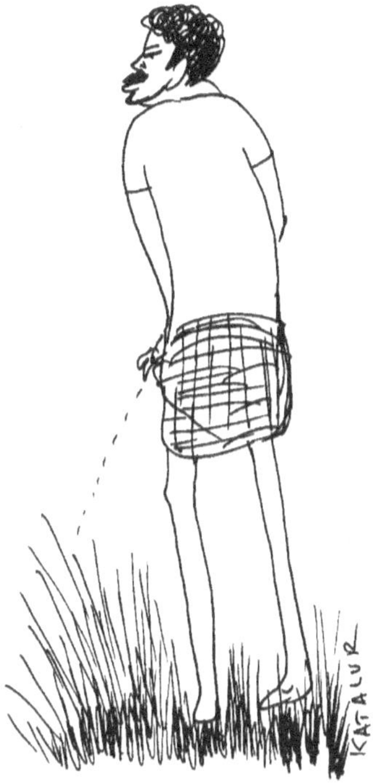

അശ്മരിയിൽ മൂത്രം വഴുവഴുത്തിട്ട് വീഴും

മൂത്രാശയത്തിലോ മൂത്രമാർഗ്ഗത്തിലോ കല്ലുണ്ടായി മൂത്രതടസ്സമുണ്ടാകുന്നതിനെയാണ് അശ്മരി എന്നു പറയുന്നത്. മൂത്രത്തിൽ കല്ലുള്ളവരുടെ മൂത്രത്തിന് വഴുവഴുപ്പുണ്ടാകും എന്നാണ് 'അശ്മരിയിൽ മൂത്രം വഴുവഴുത്തിട്ടു വീഴും' എന്ന പഴമൊഴിയുടെ അർത്ഥം. മൂത്രക്കല്ലിന് സ്ഥാനഭ്രംശം വരുമ്പോൾ പലേടത്തായി ഉരഞ്ഞും മറ്റും അകത്ത് മുറിവുണ്ടാകും. അത് അണുബാധയ്ക്ക് കാരണമാവും. പഴുപ്പായി മാറി മൂത്രം വഴുവഴുത്തതാകും. മൂത്രത്തിൽ സാധാരണ കാണുന്ന ധാതുലവണങ്ങൾ കാലാന്തരത്തിൽ കഠിനമായ കല്ലുകളായി മാറുന്നതാണ് മൂത്രക്കല്ല്. അടിവയറ്റിൽ അസഹനീയ വേദനയും നടുവേദനയും രോഗലക്ഷണങ്ങളാണ്. ലിംഗത്തിലേക്കും വൃഷണങ്ങളിലേക്കും ആ വേദന വ്യാപിക്കും. മൂത്ര തടസ്സമോ

രക്തം കലർന്ന മൂത്രമോ ഇങ്ങനെ പുറത്തേക്കു വരാം. കൂടെക്കൂടെ മൂത്രം ഒഴിക്കുക, ധാര മുറിഞ്ഞും ചിതറിയും പോവുക, മൂത്രത്തിൽ വഴുവഴുപ്പ് തുടങ്ങി പല ലക്ഷണങ്ങളുണ്ട് ഇതിന്.

മുരിങ്ങത്തൊലി, കൊന്നമരത്തിന്റെ തൊലി എന്നിവ കഷായം വെച്ച് ശർക്കര ചേർത്ത് സേവിച്ചാൽ ആശ്വാസം കിട്ടും. തേറ്റാമ്പരൽ കരിക്കിൻ വെള്ളത്തിലരച്ച് സേവിച്ചാലും മതി. കുരുപ്പരുത്തി വേര് പാലിൽ അരച്ച് കുടിക്കുന്നതും രോഗശമനത്തിന് നല്ലതാണ്. വെള്ളരിക്ക ചുട്ടെടുത്ത നീരിൽ പഞ്ചസാര ചേർത്ത് സേവിച്ചാലും മതി. വെള്ളരിക്ക താമരയില യിൽ പൊതിഞ്ഞ് പുറമെ കളിമണ്ണ് പൂശണം. അത് കനലിൽ ചുട്ടെടുക്കാം. താമരയിലയിൽ പൊതിഞ്ഞതിനാൽ വെള്ളരിക്ക് കേടുവരില്ല.

മൂന്നു നേരമുണ്ണുന്നവൻ രോഗി

ഒരു നേരമുണ്ണുന്നവൻ യോഗി. രണ്ടു നേരമുണ്ണുന്നവൻ ഭോഗി, മൂന്നു നേരമുണ്ണുന്നവൻ രോഗി എന്നു പറയാറുണ്ട്. നാം ഇതിൽ മൂന്നാമത്തേതായിരിക്കും എന്നാവും പലരുടെയും വിചാരം. എങ്കിൽ തെറ്റി. നമ്മളെ സൂചിപ്പിക്കാൻ നാലാമതൊരു വരി കൂടി എഴുതിച്ചേർക്കേണ്ടി വരും. നാലും അഞ്ചും നേരമുണ്ണുന്നവൻ മഹാരോഗി എന്ന് . ഉണ്ണുക എന്നു വെച്ചാൽ പൊതുവേ ഭക്ഷണം കഴിക്കുക എന്നേ ഇവിടെ അർത്ഥമുള്ളൂ.

ആരോഗ്യവാനായ ഒരാൾക്ക് അൻപത് വയസ്സ് കഴിഞ്ഞാൽ ഒരു നേരത്തെ ഭക്ഷണം മതി. കുട്ടികൾക്ക് അതു പോര. അന്നംകൊണ്ട് വയറിന്റെ രണ്ടു ഭാഗവും ജലം കൊണ്ട് ഒരു ഭാഗവും നിറയ്ക്കാം. ബാക്കി സ്ഥലം വെറുതെ ഇടണമെന്നാണ് ആയുർവേദം അനുശാസിക്കുന്നത്.

ഭക്ഷിക്കാൻ വേണ്ടി ജീവിക്കുക എന്നത് മാറ്റി ജീവിക്കാൻ വേണ്ടി ഭക്ഷിക്കണം. സ്വാഭാവികമായും ആ ഒരു നേരം പ്രാതൽ തന്നെ. ശരിക്കും വിശക്കുമ്പോൾ മാത്രമേ ഭക്ഷണം കഴിക്കാവൂ. മാംസാഹാരവും കൂടുതൽ പുളിപ്പുള്ള ഭക്ഷണവും ദഹിക്കാൻ സമയമെടുക്കും. ഭക്ഷണം ദഹിക്കാത്ത അവസ്ഥയാണ് അജീർണ്ണം. മഞ്ഞൾ, കറിവേപ്പില, ഇഞ്ചി, ജീരകം എന്നിവ ഏതാണ്ട് രണ്ടു ഗ്രാം വീതം നൂറു മില്ലി മോരിൽ അരച്ചു ചേർത്ത് ഇന്തുപ്പ് ചേർത്തു കഴിച്ചാൽ അജീർണ്ണം ശമിക്കും.

ദശമാതാ ഹരീതകി

ദശമാതാ എന്നാൽ പത്ത് അമ്മ. ഹരീതകി എന്നു വച്ചാൽ കടുക്ക. പത്ത് അമ്മമാർക്കു തുല്യമാണ് കടുക്ക എന്നു സാരം. ചെറിയ രോഗങ്ങളൊക്കെ അമ്മമാരുടെ പൊടിക്കൈ പ്രയോഗത്തിൽ ശമിക്കും. ഇങ്ങനെ പലതിനുമുള്ള പൊടിക്കൈയാണ് കടുക്ക. വയറ്റിൽ സ്തംഭനമോ അഗ്നിമാന്ദ്യമോ രുചിക്കുറവോ ശോധനക്കുറവോ ഒക്കെയുണ്ടായാൽ കടുക്ക സേവിക്കുന്ന പതിവ് പണ്ട് ഉണ്ടായിരുന്നു. ആയുർവേദഗ്രന്ഥങ്ങളിൽ ഏഴുതരം കടുക്കയുടെ ഉപയോഗങ്ങളെക്കുറിച്ച് പറയുന്നു. ജീവന്തി, പൂതന, അമൃത, വിജയ, അഭയ, രോഹിണി, ചേതകി എന്നീ കടുക്കകളാണ് അവ. സ്വർണ്ണനിറമുള്ളതാണ് ജീവന്തി ഇനത്തിൽപ്പെട്ട കടുക്ക. ഇത് ദീർഘായുസ്സിനെ പ്രദാനം ചെയ്യും.

രക്തശുദ്ധീകരണ സാമർത്ഥ്യമുള്ള കടുക്കയാണ് പൂതന. ഇതു പുറമെ അരച്ചിടാനുള്ളതാണ്. മൂന്നു മുഖമുള്ളതും അമൃതിനു തുല്യമായതും മരണത്തെപ്പോലും അകറ്റി നിർത്തുന്നതുമാണ് അമൃത. വിജയ പൊതുവെ എല്ലാ രോഗങ്ങൾക്കും പ്രതിവിധിയായി നൽകാറുണ്ട്. നമ്മുടെ നാട്ടിൽ സുലഭമായ കടുക്ക അഭയ ആണ്. നേത്രസംരക്ഷണത്തിനു ഉതകുന്നതാണ് ഇത്. കൺകുരുവിന് ഈ കടുക്ക അരച്ച് തേനിൽ ചാലിച്ച് കൺപോളയ്ക്ക് പുരട്ടാറുണ്ട്. മുഖ്യമായും വ്രണരോഗശമനത്തിനുള്ളതാണ് രോഹിണി. മൂന്നു മുഖമുള്ളതും ചേതനയെ വർദ്ധിപ്പിക്കുന്നതുമാണ് ചേതകി. ഇത് വെളുത്തതും കറുത്തതുമുണ്ട്. അതിൽ വെളുത്തത് കൈയിൽ അല്പനേരം മുറുകെപ്പിടിച്ചു കൊണ്ടിരുന്നാൽ മലശോധന എളുപ്പമാവുമെന്ന് കരുതപ്പെടുന്നു. കടുക്ക പൊടിച്ച് പല്ലുതേച്ചാൽ ദന്തരോഗങ്ങൾ വരാതിരിക്കും. വെള്ളത്തിൽ താഴുന്നതും പുറമെ എണ്ണമയമുള്ളതുമായ കടുക്കയാണ് പൊതുവെ നല്ലത്. കടുക്ക കഷായമാക്കി തീപ്പൊള്ളലിന് ധാരകോരാം. കടുക്ക ചതച്ചിട്ട വെള്ളം കൊണ്ട് ധാരകോരിയാൽ നേത്രരോഗങ്ങൾ ശമിക്കും.

തടിച്ചവൻ പെടുക്കും ചടച്ചവൻ കുരയ്ക്കും

'തടിച്ചവൻ പെടുക്കും ചടച്ചവൻ കുരയ്ക്കും' എന്ന പഴമൊഴി കേട്ടാൽ 'എന്റെ കൈയിൽ നിന്ന് രണ്ടിടി കിട്ടിയാലുണ്ടല്ലോ' എന്നു പറഞ്ഞിട്ട് ഏതോ എസ്.ഐ തട്ടി വിട്ട ഡയലോഗാണെന്നു തോന്നും. ഇടി കൊണ്ട് കള്ളൻ സത്യം പറഞ്ഞാലും ഇല്ലെങ്കിലും ആരോഗ്യപരമായ ഒരു സത്യം ഇതിലുണ്ട്.

'തടിച്ചവൻ പെടുക്കും' എന്നതുകൊണ്ട് പ്രമേഹരോഗികളെയാണ് ഉദ്ദേശിക്കുന്നത്. അമിതവണ്ണമുള്ളവർക്ക് എപ്പോഴും മൂത്രമൊഴിക്കുന്ന ശീലമുണ്ടെങ്കിൽ പ്രമേഹസാധ്യത സംശയിക്കാം. ചടച്ചവൻ കുരയ്ക്കും എന്നാൽ മെലിഞ്ഞ ശരീരപ്രകൃതമുള്ളവരിലാണ് സാധാരണ ക്ഷയം കണ്ടുവരാറുള്ളത് എന്നർത്ഥം.

മധുരം കൂടുതൽ കഴിക്കുന്നതും മേദസ്സ്, മൂത്രം, കഫം എന്നിവ വർദ്ധിപ്പിക്കുന്ന അന്നപാനങ്ങൾ ശീലമാക്കുന്നതും വ്യായാമമില്ലായ്മയും അമിതവണ്ണമുണ്ടാക്കും. പ്രമേഹവും അരികിലെത്തും.

ഭക്ഷണത്തിലെ ഏറിയപങ്കും ധാന്യകമാണ്. ഈ ധാന്യകത്തിന്റെ സാരാംശം മധുരമായി മാറുന്നു. മധുരത്തെ നിയന്ത്രിക്കുന്നത് പാൻക്രിയാസിൽ നിന്നു സ്രവിക്കുന്ന ഇൻസുലിനാണ്. ഇൻസുലിൻ ഇല്ലാതെയോ മതിയാകാതെയോ വരുമ്പോൾ മധുരാംശം ധാതു പരിണാമത്താൽ സംസ്ക്കരിക്കപ്പെട്ട് രക്തത്തിൽ തങ്ങിനിന്ന് മൂത്രത്തിലുടെ പുറത്തേക്കു പോവും.

മൂത്രം വീഴുന്നിടത്ത് ഉറുമ്പിൻ കൂട്ടങ്ങൾ എത്തുന്നത് പ്രമേഹലക്ഷണമാണ്. ആരംഭദശയിൽ അമിതവിയർപ്പ്, തടി കുറയുക, ദാഹം, കിടക്കാനും ഉറങ്ങാനും കൊതി, നഖവും മുടിയും വേഗം വളരുക, കൈകാൽ പുകച്ചിൽ തുടങ്ങിയവ കാണാം. മഞ്ഞൾപ്പൊടിയും നെല്ലിക്കാനീരും ചേർത്തു സേവിക്കുന്നത് പ്രമേഹം നിയന്ത്രിക്കും. ത്രിഫലത്തോട്, മുത്തങ്ങ, ദേവതാരം, മഞ്ഞൾ എന്നിവ ചേർത്ത കഷായവും നല്ലതാണ്.

ക്ഷയരോഗിയുടെ ശ്വാസകോശങ്ങൾ ദുർബലവും കഫാധിക്യം മൂലം പ്രാണവായു പ്രവേശനം അസാധ്യവുമായിരിക്കും. ചുമച്ച് കഫം പുറന്തള്ളാൻ ശ്രമിക്കും. തിപ്പലി, യവം, മുതിര, ചുക്ക്, മാതളത്തോട്, നെല്ലിക്കാത്തോട് എന്നീ ഔഷധങ്ങൾ ചേർത്ത ആട്ടിൻസൂപ്പ് കറിവേപ്പില, കടുക്, നെയ്യ്, ഇന്തുപ്പ്, ചുമന്നുള്ളി എന്നിവ ചേർത്ത് താളിച്ച് ചൂടോടെ സേവിച്ചാൽ 90 ദിവസം കൊണ്ട് രോഗം അപ്രത്യക്ഷമാവും. പത്തുഗ്രാം കീഴാർനെല്ലി വേര് ശുദ്ധജലത്തിൽ അരച്ചു കലക്കി ആറുമാസം കഴിച്ചാലും ക്ഷയം ശമിക്കും.

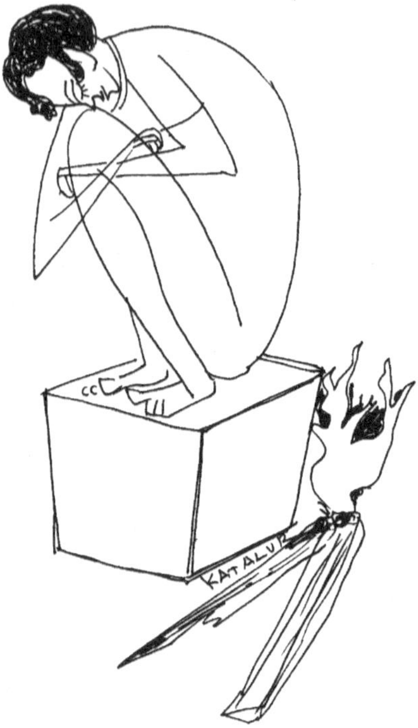

ശീതം നീങ്ങിയാൽ വാതമില്ല

കനത്ത മഴയത്തും എ.സി മുറിയിൽ നിന്ന് പുറത്തിറങ്ങാത്തവരുടെ പുറത്ത് ഒന്നിറങ്ങിക്കളയാമെന്ന് വാതം ആഗ്രഹിച്ചാൽ അതൊരു തെറ്റല്ല. ചെറിയ തണുപ്പുള്ള കാലാവസ്ഥ പോലും വാതവർദ്ധനവിനിടയാക്കും എന്നാണ് 'ശീതം നീങ്ങിയാൽ വാതമില്ല' എന്ന പഴമൊഴികൊണ്ട് ഉദ്ദേശി ക്കുന്നത്.

ആയുർവേദപ്രകാരം 80 തരം വാതവ്യാധികളുണ്ട്. വാതം, ആസ്ത്മ രോഗികൾ ജൂൺ മുതലുള്ള മഴക്കാലത്താണ് ഏറ്റവും ബുദ്ധിമുട്ടുക. സാധാരണ കണ്ടുവരുന്ന രക്തവാതം കാലിന്റെ ചെറിയ സന്ധികളിലുണ്ടാ വുന്ന വീക്കമാണ്. എന്നാൽ ആമവാതമാകട്ടെ കാലിന്റെയും കൈയുടെയും

മുട്ട്, നടുവ് തുടങ്ങിയ വലിയ സന്ധികളെ അലട്ടുന്നു. അസ്ഥിക്ഷയം കൊണ്ടുണ്ടാവുന്ന വാതവും തണുപ്പത്ത് കലശലാവും. നമ്മുടെ സന്ധികളിലെ ഫ്ളൂയിഡിന്റെ ദ്രവാവസ്ഥ തണുപ്പു കാലത്ത് കുറയും. അംഗ ചലനങ്ങൾക്ക് ഇത് തടസ്സം സൃഷ്ടിക്കും.

എല്ലാവിധ വാതരോഗങ്ങൾക്കും തണുപ്പ് ഒരു കാരണമാണ്. വാതപീഡയുള്ളവർ പതിവായി എണ്ണതേച്ചു കുളിക്കുന്നതു നല്ലതാണ്.

'കുറുന്തോട്ടിക്ക് വാതം പിടിച്ചാൽ' എന്ന പഴമൊഴിയിൽ നിന്നു തന്നെ വാതത്തിനുള്ള മുഖ്യഔഷധം കുറുന്തോട്ടിയാണെന്ന് മനസ്സിലാക്കാം. വെളുത്ത ആവണക്ക്, കരിങ്കുറിഞ്ഞി, ചിറ്ററത്ത തുടങ്ങിയവ ചേർത്ത ഔഷധങ്ങളും നൽകാറുണ്ട്.

ബലാരിഷ്ടം, ബലാതൈലം, വലിയരാസ്നാദി കഷായം എന്നിവ വാതശമനത്തിന് ഉത്തമമാണ്. മുതിര, ചെറുപയർ, ചേന, ചേമ്പ്, കടല എന്നിവ വാതരോഗികൾ ഉപേക്ഷിക്കേണ്ട ഭക്ഷണമാണ്. എന്നാൽ ഉഴുന്ന്, ഗോതമ്പ്, കാച്ചിൽ, പശുവിൻപാൽ, ആട്ടിൻപാൽ എന്നിവ വാതം ശമിപ്പിക്കും.

ഗുരുവിനെ ദ്രോഹിച്ചാലും കുടലിനെ ദ്രോഹിക്കരുത്

സാമൂഹിക ദ്രോഹികളെക്കാളും വലിയ ദ്രോഹികളാണ് കുടലിനെ ദ്രോഹിക്കുന്നതെന്നു പറയാതെ വയ്യ. എന്തെന്നാൽ ഇക്കൂട്ടർ അവനവനെത്തന്നെയാണ് നശിപ്പിക്കുന്നത്. കുടലിനോട് 'എന്റെ കരളല്ലേ നീ' എന്ന മട്ടിൽ വേണം പെരുമാറാൻ.

കുടലിനെക്കുറിച്ചു പറയുന്നത് കടലിനെക്കുറിച്ച് പറയുന്നപോലെയാണ്. വൈദ്യശാസ്ത്രത്തിൽ അത്ര ബ്രഹത്തായതാണ് കുടൽ രോഗങ്ങളെ സംബന്ധിച്ച പഠനം. ചെറുകുടൽ പേരിൽ ചെറുതാണെങ്കിലും നീളത്തിൽ വൻകുടലിനെക്കാൾ വമ്പനാണ്.

മസാല കൂടുതലുള്ള ഭക്ഷണം കഴിക്കുന്നതും സമയത്ത് ഭക്ഷണം കഴിക്കാതിരിക്കുന്നതും കുടലിനോടു ചെയ്യുന്ന ദ്രോഹമാണ്. ഭക്ഷണം ചവച്ചരച്ച് കഴിച്ചില്ലെങ്കിലും കുടൽ പിണങ്ങും. അൾസറിനു കാരണ

മാകും. ആമാശയത്തിലും കുടലിലും ഉണ്ടാകുന്ന പൊള്ളൽ പോലെയുള്ള വ്രണങ്ങളെയാണ് അൾസർ എന്നു പൊതുവെ പറയുന്നത്. മാതളനാരകത്തിന്റെ തോൽ, മുത്തങ്ങാക്കിഴങ്ങ്, കറിവേപ്പില തുടങ്ങിയവ ചേർത്ത ഔഷധങ്ങൾ കുടൽ സംബന്ധമായ രോഗങ്ങൾക്ക് നൽകാറുണ്ട്. കുടജാരിഷ്ടവും കുടൽരോഗങ്ങൾക്കു നല്ലതാണ്. കുടകപ്പാലയുടെ അരി ചേർത്തുണ്ടാക്കുന്നതാണിത്. ജീരകം വറുത്തു തിളപ്പിച്ച വെള്ളം ധാന്വന്തരം ഗുളിക ചേർത്ത് കഴിക്കുന്നത് അസിഡിറ്റി ഭേദമാവാൻ നല്ലതാണ്. തഴുതാമ വെന്ത വെള്ളം ഇടയ്ക്കിടെ കുടിക്കുന്നതും അസിഡിറ്റി കുറയ്ക്കും.

ഇരുന്നുണ്ണരുത് കിടന്നുറങ്ങരുത്

ഇരന്നുണ്ടാൽപ്പോലും ഇരുന്നുണ്ണരുത്. ഭക്ഷണം ആവശ്യത്തിനായെങ്കിൽ പിന്നെയും അവിടെത്തന്നെയിരുന്ന് കഴിച്ചുകൊണ്ടേയിരിക്കരുത്. വിശപ്പ് മാറിയാലുടൻ ഊണ് മതിയാക്കണം. അല്ലെങ്കിൽ രോഗങ്ങൾ ഒപ്പം കൂടും. പണ്ട് നിലത്ത് ചമ്രം പടിഞ്ഞിരുന്ന് ഭക്ഷണം കഴിക്കുന്നതുകൊണ്ടുള്ള നേട്ടം ആവശ്യത്തിനു കഴിച്ചാൽ എഴുന്നേറ്റ് പോവാൻ നമുക്കു തോന്നും എന്നതാണ്. തീൻമേശയ്ക്കു ചുറ്റുമിരുന്ന് ഉണ്ണുകയും അത്താഴമുറിയിലേക്ക് ടി വി കടന്നുവരികയും ചെയ്തതോടെ ഇരുന്നല്ല കിടന്നും ഊണ് കഴിക്കാം എന്ന സ്ഥിതിയായി.

അതുപോലെയാണ് ഉറക്കത്തിന്റെ കാര്യവും. രണ്ടു മണിക്കൂർ കട്ടിലിൽ തിരിഞ്ഞും മറിഞ്ഞും കിടന്നിട്ടും ഉറക്കം വന്നില്ല എന്നതാണ് ഇന്ന് കേരളീയർ പൊതുവായി പങ്കിടുന്ന സങ്കടം. അതിന് ഒറ്റ വഴിയേയുള്ളൂ. കിടന്നുറങ്ങരുത്. അതായത് ഉറക്കം വരുന്നെന്ന് തോന്നുമ്പോൾ മാത്രം കിടക്കാൻ പോവുക. അല്ലാതെ ആദ്യം കിടക്കട്ടെ ഉറക്കം അപ്പോൾ വരുമായിരിക്കും എന്നു കരുതരുത്. പകലുറക്കം പാടില്ല.

ഉറക്കം വരാൻ ബ്രഹ്മി, അമുക്കുരം, വയമ്പ്, പാൽ തുടങ്ങിയവ ചേർത്ത ഔഷധങ്ങൾ നൽകാറുണ്ട്. അശ്വഗന്ധരസായനം സുഖനിദ്രയ്ക്ക് ഉത്തമമാണ്. അശ്വഗന്ധാരിഷ്ടവും ഉറക്കം കിട്ടാൻ ഉപകരിക്കും. ഇതിൽ അമുക്കുരവും ദ്രാക്ഷായും (മുന്തിരി) അടങ്ങിയിട്ടുണ്ട്.

പകൽ കിടന്നുറങ്ങിയാൽ കഫം വർദ്ധിക്കും. എന്നാൽ പകൽ ഇരുന്നുറങ്ങുന്നതുകൊണ്ട് കുഴപ്പമില്ല. രക്തസമ്മർദം കൂടുതലുള്ളവർക്ക് ഉറക്കം കുറയും. രക്തക്കുഴലുകളിൽ കൊഴുപ്പിന്റെ അംശം കൂടി വ്യാസം കുറയുമ്പോൾ രക്തപ്രവാഹത്തിന് തടസ്സമുണ്ടാവുന്നതിനാലാണിത്.

കുറഞ്ഞ രക്തസമ്മർദമുള്ളവരാകട്ടെ ഏതുനേരവും ഉറക്കം തൂങ്ങികളാണ്. സ്ഥിരമായി ഉറക്കമില്ലാതാവുന്നവരെ മനോരോഗങ്ങൾ മുതൽ നേത്രരോഗങ്ങൾ വരെ ബാധിക്കും. ഒരു ദിവസത്തെ ഉറക്കം നഷ്ടപ്പെട്ടാൽ ഒരു ഗ്ലാസ് പാലും അൻപത് ഗ്രാം വെണ്ണയും കഴിച്ചാൽ മതി. ശരീരത്തിലും തലയിലും നന്നായി എണ്ണ തേച്ച് കുളിച്ചാൽ പകൽപോലും അറിയാതെ ഉറങ്ങിപ്പോവും. ഔഷധസസ്യമായ ജഡാമഞ്ചി ചേർത്ത കഷായം ഉറക്കമില്ലാത്തവർക്ക് നൽകാറുണ്ട്.

മോരൊഴിച്ചുണ്ണരുത്
മൂത്രമൊഴിച്ചുണ്ണണം

കാച്ചാത്ത (പച്ച) മോരൊഴിച്ച് ഊണ് കഴിക്കുന്നതിനെക്കുറിച്ച് വികെഎൻ ഒരു കാച്ച് കാച്ചിയിട്ടുണ്ട്. കാച്ചിക്കുറുക്കിയ സ്റ്റൈലിൽ. 'പെണ്ണുങ്ങൾ പൂപോലത്തെ ചോറിൽ മോരൊഴിച്ച് മോട്ടോർ വച്ച് പമ്പ് ചെയ്തു തുടങ്ങി' എന്നത്രേ അത്. ഒറ്റയടിക്ക് എത്ര ഉരുള വേണമെങ്കിലും അകത്താക്കാൻ നല്ല മോരും ചോറും മാത്രം മതി.

മോരൊഴിച്ചുണ്ണരുതെന്ന് പറഞ്ഞത് ആരായാലും അരവട്ടനായിരിക്കുമെന്നാണ് ആദ്യം കരുതിയത്. മൂത്രമൊഴിച്ചുണ്ണണമെന്നു കൂടി കേട്ടപ്പോൾ

മുഴുവട്ടാണെന്നു തന്നെ ഉറപ്പിച്ചു. ഏതൊരു കാര്യവും വ്യംഗ്യാർത്ഥത്തിൽ പറഞ്ഞു ഫലിപ്പിച്ചാൽ മനസ്സിൽ നിന്ന് മായില്ല എന്ന കാരണവന്മാരുടെ ബുദ്ധിയാവാം ഈ പഴമൊഴി ഒറ്റനോട്ടത്തിൽ തലതിരിഞ്ഞതു പോലെ തോന്നാൻ കാരണം. മോരൊഴിച്ചുണ്ണരുത് എന്നാൽ മോര് ഒഴിവാക്കി ഊണ് കഴിക്കരുത് എന്നാണ് സാരം. ഒഴിച്ച് എന്നാൽ ഒഴിക്കുക എന്നല്ല, ഒഴിവാക്കി എന്ന് പ്രയോഗാർത്ഥം. അപ്പോൾപ്പിന്നെ മൂത്രമൊഴിച്ചുണ്ണണം എന്നു പറഞ്ഞാലോ, മോരിനു പകരം മൂത്രമൊഴിച്ചുണ്ണണം എന്നല്ല, മൂത്രമൊഴിച്ചതിനു ശേഷമേ ഭക്ഷണം കഴിക്കാവൂ എന്ന് ചുരുക്കം.

തൈരിൽ വെറുതെ വെള്ളം ചേർക്കുന്നതല്ല മോര്. തൈരിൽ നിന്നും വെണ്ണ കടഞ്ഞു മാറ്റിയതാണ് യഥാർത്ഥ മോര്. ഒരറ്റം പൂവിതളിന്റെ ആകൃതിയിലുള്ള മത്തുകൊണ്ട് കടഞ്ഞെടുത്തതാണ് തനി മോര്. മോരിന് കഷായരസമുണ്ട്. അതായത് ചവർപ്പ് രസം. ഈ അമ്ലസ്വഭാവം കാരണമാണ് അഷ്ടാംഗ ഹൃദയത്തിൽ 'ലഘുകഷായാമ്ലം' എന്നു പറയുന്നത്. ഉദരരോഗങ്ങളെ ശമിപ്പിക്കാനുള്ള കഴിവ് മോരിനുണ്ട്. പതിവായി മോര് കുടിക്കുന്നവർക്ക് അർശസ്, ഭഗന്ദരം, വൃക്കരോഗങ്ങൾ, വിശപ്പില്ലായ്മ, അജീർണം എന്നിവയൊന്നും വരില്ല.

മോര് ദഹനം വർദ്ധിപ്പിക്കും. ഫലമോ നല്ല വിശപ്പുണ്ടാകും. കഫ വാത ശമനത്തിനും ഗ്രഹണി, മൂത്രതടസ്സം, ഗുൽമം (വയറ്റിൽ ഗ്യാസ് ഉരുണ്ടു കയറുക) പ്ലീഹാ രോഗങ്ങൾ എന്നിവയ്ക്കൊക്കെ മോര് അത്യുത്തമം. നെയ്യ് അമിതമായി സേവിച്ചാൽ ഉണ്ടാവുന്ന ശരീരദോഷം മാറാനും മോര് നന്ന്.

നെന്മേനി തേച്ചാൽ പൊന്മേനിയാകും

പട്ടുപോലത്തെ ചർമം. ശരീരത്തിന് ചെറുനാരങ്ങയുടെ ഗന്ധം എന്നൊക്കെ പറഞ്ഞാൽ ആരും വീണതുതന്നെ. മേനിമിനുപ്പിന് പാണ്ടിമുളക് വാങ്ങിത്തേച്ചാൽ മതിയെന്ന് ആരെങ്കിലും പറഞ്ഞാലും പരീക്ഷിക്കാൻ ആളുണ്ടിവിടെ. എന്നാൽ ശരീരകാന്തിക്ക് നെന്മേനി എത്രത്തോളം വിശിഷ്ടമാണെന്ന് മനസ്സിലാക്കിയവർ മറ്റൊന്നിന്റെയും പിന്നാലെ പോവില്ല. നെന്മേനിവാകചൂർണം ദേഹത്ത് തേച്ചുകുളിക്കുന്നത് വിശിഷ്ടമാണ്.

നെന്മേനി അണുനാശകമാണ്. ശരീരത്തിന് നിറം നൽകുന്നതിനോടൊപ്പം ത്വക്കിലെ സകല ബാക്ടീരിയകളെയും നശിപ്പിക്കാനുള്ള കഴിവ്

അതിനുണ്ട്. വിയർപ്പ്, പൊടിപടലങ്ങൾ എന്നിവ മൂലമുണ്ടാകുന്ന ബാക്ടീരിയയുടെ ശല്യം അകറ്റിനിർത്താൻ നെന്മേനിവാക ചേർത്ത എണ്ണകൾ വിപണിയിൽ ലഭ്യമാണ്. നെന്മേനിവാകമരത്തിന്റെ തോൽ പല ഔഷധങ്ങളുടെയും മുഖ്യചേരുവയാണ്. വിഷഹരവും ശരീരത്തിന് വർണത്തെക്കൊടുക്കുന്നതുമാണ്. നെന്മേനി സംസ്കൃതത്തിൽ ശിരീഷം എന്ന് അറിയപ്പെടുന്നു. ശിരീഷാസവത്തിൽ നെന്മേനിയാണ് മുഖ്യമായും ചേർക്കുന്നത്. വിഷസ്വഭാവമുള്ള പലവിധ വ്രണങ്ങൾ ചികിത്സിച്ച് ഭേദമാക്കാനും നെന്മേനി ചേർത്ത ഔഷധങ്ങളുണ്ട്. പയറുപൊടിയോ സോപ്പോ ഒക്കെ തേച്ചു കുളിക്കുന്നവർ അതിനു പകരമായി നെന്മേനിയുടെ സംസ്കരിച്ച പൊടി ഉപയോഗിച്ചാൽ അത്യുത്തമം. വിയർപ്പ് മൂലമുണ്ടാകുന്ന ശരീരദുർഗന്ധമകറ്റാനും മേലാകെ ചൊറിഞ്ഞു തടിക്കുന്നത് മാറാനും നല്ലത്. നെന്മേനിവാക ചേർത്ത അരിഷ്ടങ്ങളും മറ്റും വിരേചനശക്തിയുള്ളതാണ്. സുഖശോധനയ്ക്ക് അത് ഉപകരിക്കും.

നെന്മേനിതേച്ച് പൊന്മേനിയായാൽ പൊന്നിടേണ്ട ആവശ്യമേ വരുന്നില്ല. വഴിനീളെ പൂക്കളുമായി നിൽക്കുന്ന വെറും തണൽമരം മാത്രമല്ല നെന്മേനിവാകയെന്ന് ഇപ്പോൾ മനസ്സിലായില്ലേ?

കുടകൻ നന്ന് ബുദ്ധിക്ക്

തിരുമണ്ടനും മരമണ്ടനും മണ്ടൂസിനും ബുദ്ദൂസിനും കിഴങ്ങനും ബ്ലഡി ഫൂളിനും പമ്പരവിഡ്ഢിക്കും പരമ്പരാഗതവിഡ്ഢിക്കും വിഡ്ഢിക്കൂശ്മാണ്ഡത്തിനും കൂപമണ്ഡുകത്തിനും ഒരുപോലെ ആശ്വാസദായകമായ പഴമൊഴിയത്രേ ഇത്.

എല്ലാ മണ്ടത്തരങ്ങളിൽ നിന്നും രക്ഷകിട്ടാൻ കുടകൻ കഴിക്കുന്നത് ഒരു ശീലമാക്കൂ എന്നത്രേ പഴഞ്ചൊല്ലിന്റെ സാരം. എന്നു കരുതി വിഡ്ഢികൾക്കു കഴിക്കാനുള്ളതാണ് കുടകൻ എന്നു കരുതരുത്. ഓർമശക്തിയും

ബുദ്ധിയും വർദ്ധിപ്പിക്കാനുള്ളതെന്ന നിലയിൽ ആർക്കും ഇതു ശീലമാക്കാം.

കുടകൻ ഒരുതരം പച്ചമരുന്നാണ്. ബ്രഹ്മിക്കു തുല്യമായാണ് ഉത്തരേന്ത്യയിൽ ഇതിനെ കണക്കാക്കുന്നത്. ബ്രഹ്മിക്കുള്ള ഗുണഗണങ്ങളെല്ലാം കുടകനുണ്ട്.

രണ്ടും തമ്മിൽ ലേശം വ്യത്യാസം മാത്രമേയുള്ളുവെന്നു കരുതുന്നവരുമുണ്ട്. കാരറ്റിന്റെ രുചിയുള്ള കുടകന്റെ പ്രത്യേകത ബ്രഹ്മിയെപ്പോലെ ഇതിനു കയ്പില്ലെന്നതാണ്. അരിപ്പൊടിയിൽ കുടകൻ അരച്ചു ചേർത്ത് അപ്പം ചുട്ട് കുട്ടികൾക്കു കൊടുക്കുന്ന പതിവ് പണ്ടുണ്ടായിരുന്നു. ഏതായാലും ബുദ്ധിക്കു കുടപിടിക്കുന്ന പണിയാണു കുടകന്.

അതുകൊണ്ട് ബുദ്ധിക്കും ഓർമശക്തിക്കും അല്പമെങ്കിലും ബുദ്ധിമുട്ടുള്ളവർ എത്രയും നേരത്തേ കുടകൻ കഴിച്ചു തുടങ്ങുന്നതാണ് ബുദ്ധി. ഞാൻ ബുദ്ധിശാലിയല്ലെന്നു പറഞ്ഞ് തലയ്ക്കു കൈയും കൊടുത്തിരുന്നാൽ ബുദ്ധിശാലിയാവില്ല വിഡ്ഢിശാലികളേ. അവർക്കു കുടകൻ തന്നെ രക്ഷ.

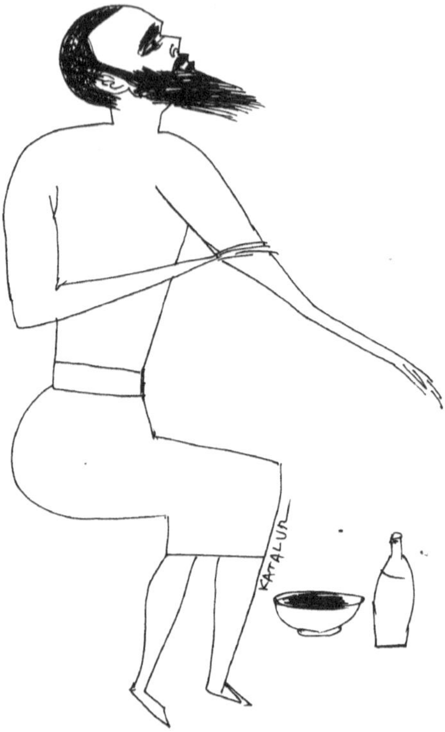

ശനി ബുധൻ എണ്ണ തേച്ചാൽ ചാവുവോളം മരണമില്ല

എണ്ണിയാൽ തീരില്ല എണ്ണതേച്ച് കുളിയുടെ ഗുണങ്ങൾ. ചാവുവോളം മരണമില്ല എന്നതു അർത്ഥമാക്കുന്നത് മരണം വരെ കഷ്ടപ്പാടില്ല എന്നാണ്. ശനിയാഴ്ചയും ബുധനാഴ്ചയും എണ്ണ തേച്ചു കുളിക്കണമെന്നു പറയുന്നത് ആ ദിവസങ്ങളുടെ എന്തെങ്കിലും സവിശേഷത കൊണ്ടാകണമെന്നില്ല.

ആഴ്ചയിൽ മൂന്നാമത്തെയും ആറാമത്തെയും ദിവസം എണ്ണ തേച്ചു കുളിക്കുന്നത് ഉത്തമമെന്നാണു പഴമക്കാരുടെ വിശ്വാസം. ദിവസവും എണ്ണ തേച്ചു കുളിക്കാൻ കഴിയുന്നില്ലെങ്കിൽ ആഴ്ചയിൽ രണ്ടു ദിവസം മതി.

സ്ത്രീകൾ പണ്ടു തലയിൽ വെളിച്ചെണ്ണയും ദേഹത്ത് എള്ളെണ്ണയും തേച്ചുകുളിച്ചു. ചെവിയിൽ വരെ കുറച്ച് എണ്ണമയം ചെല്ലുന്നത് നല്ലതാണ്. ലേശം ഉള്ളിൽപ്പോയാലും കാര്യമാക്കാനില്ല. ചെവിക്കായ കട്ടപിടിക്കാതിരിക്കാൻ അത് സഹായിക്കും.

സന്ധികളിൽ എണ്ണ തേയ്ക്കുന്നതു വാതം വരാതിരിക്കാൻ നല്ലതാണ്. എണ്ണ തേയ്ക്കുന്നതിന്റെ ഏറ്റവും വലിയ ഗുണം പ്രമേഹവുമായി ബന്ധപ്പെട്ടു കിടക്കുന്നു. പ്രമേഹരോഗികൾ ശരീരത്തിൽ ഏറ്റവുമധികം ശ്രദ്ധിക്കേണ്ടതു പാദസംരക്ഷണമാണ്. പലരും പാദത്തിൽ എന്തെങ്കിലും മുറിവുണ്ടായാൽ ശ്രദ്ധിക്കാതെ കൊണ്ടു നടക്കും. ഒടുവിൽ വഷളാവുകയും ചെയ്യും. എന്നാൽ പതിവായി പാദത്തിലും വിരലുകളിലുമൊക്കെ എണ്ണ തേക്കുന്നവർക്കു ശരീരത്തിൽ അബദ്ധത്തിലുണ്ടാകുന്ന ചെറിയ മുറിവുപോലും ശ്രദ്ധിക്കാനാവും.

അഞ്ചോ പത്തോ മിനിറ്റെങ്കിലും എണ്ണ ദേഹത്തു പിടിക്കാൻ അനുവദിച്ചിട്ടേ കഴുകിക്കളയാവൂ. ശിരഃശ്രവണപാദേഷു എന്നാണ് പറയുക. ശിരസ്, ചെവി, പാദം എന്നിവിടങ്ങളിൽ എണ്ണ തേച്ചാലേ എണ്ണ തേച്ചെന്ന് അവകാശപ്പെടാൻ പോലുമാവൂ.

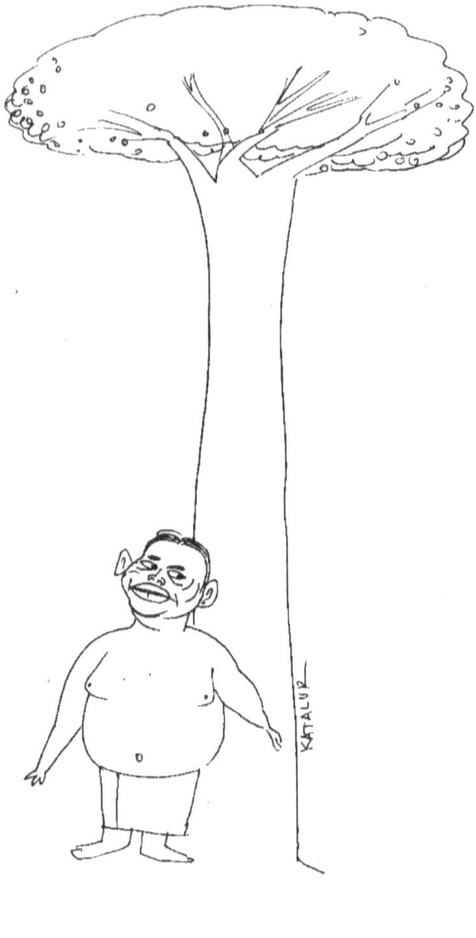

ചേരുനായരു ചതിച്ചാൽ താന്നി നായരെ പിടിക്കുക

ശത്രുവിന്റെ ശത്രുവിനെ മിത്രമാക്കുക എന്നതാണ് ഇതിന്റെ വ്യംഗാർത്ഥമെങ്കിലും ഔഷധസംബന്ധമായ ചില സവിശേഷതകളാണ് ഈ പഴഞ്ചൊല്ലിന്റെ ആരോഗ്യം. ചേരും താന്നിയും ഔഷധവൃക്ഷങ്ങളാണ്. ചേരുമരത്തിനടുത്ത് പോകരുത് അത് ചതിയനാണെന്നു പഴമക്കാർ പറയും.

അടുത്തു ചെല്ലേണ്ട താമസം ശരീരം മുഴുവൻ വല്ലാതെ ചൊറിഞ്ഞു തടിക്കും. ചിലർക്കു പൊള്ളലുണ്ടാവാനുമിടയുണ്ട്. ചേരിന്റെ കറ വീണാലും ശരീരം ചൊറിയും. അങ്ങനെ പറ്റിയാൽ പോംവഴി താന്നിമരം നിൽക്കുന്ന വഴി തേടിപ്പോവുക എന്നതത്രേ. താന്നിമരത്തിന്റെ കറ തേച്ചോ താന്നിക്ക ചതച്ചിട്ടു വേവിച്ച വെള്ളത്തിൽ കുളിച്ചോ ചൊറിച്ചിൽ മാറ്റാം. അല്ലെങ്കിൽ താന്നിക്ക കഷായം വച്ചു കുടിക്കാം. ഏതായാലും മനുഷ്യനോട് ഒരിക്കലും ചേരാത്ത മരത്തിനു ചേരെന്നു പേരു കിട്ടിയത് വിചിത്രം തന്നെ. ചേർക്കുരു ഉണ്ടാകുന്നതു ചേരുമരത്തിലാണ്. ഇതു ചേർത്തു ധാരാളം ഔഷധങ്ങൾ നിർമ്മിക്കാറുണ്ട്. ചേർക്കുരു നന്നായി ശുദ്ധി ചെയ്താണ് ഔഷധഗുണ മുള്ളതാക്കുന്നത്. ശുദ്ധീകരണം ശരിയായ വിധത്തിലല്ലെങ്കിൽ ആ മരുന്നു കഴിച്ചാലും ചൊറിഞ്ഞു തടിച്ചെന്നുവരാം. ചേർക്കുരു ആയുർവേദത്തിൽ ഭല്ലാതകം എന്നറിയപ്പെടുന്നു.

രക്തദൂഷ്യം മാറാനും അർബുദചികിത്സയിലും വരെ ചേർക്കുരു ചേർത്ത ഔഷധങ്ങൾ ഉപയോഗിച്ചു വരുന്നുണ്ട്. താന്നിക്കയാകട്ടെ രക്ത ശുദ്ധീകരണത്തിന് ഉത്തമമാണ്. കടുക്ക, നെല്ലിക്ക, താന്നിക്ക എന്നിവ ചേർന്നതാണ് ആയുർവേദ വിധിപ്രകാരമുള്ള ത്രിഫല.

ഇനി ചേരുമരത്തിന്റെ ചുവട്ടിലെങ്ങും ചെന്നു നിൽക്കല്ലേ. അടു ത്തെങ്ങും താന്നി മരമില്ലെങ്കിലുള്ള സ്ഥിതി ഊഹിക്കാമല്ലോ.

ഇഞ്ചിയിലക്കറി തൈരു തരിപ്പണം
കഞ്ഞിയൊടഞ്ചുമിതന്തിക്കാക

രാത്രിഭക്ഷണം കഞ്ഞിയാക്കിയ ശേഷം മേമ്പൊടിക്ക് ഇറച്ചിയോ മീനോ കഴിക്കുന്ന ചിലരുണ്ട്. കഞ്ഞിക്കുഞ്ഞിരാമന്മാർ. ഏതായാലും ഒരു കഞ്ഞിപ്പരിപാടിയാണത്. രാത്രി ഭക്ഷണം ലഘുവാക്കിയതിന്റെ ഒരു പ്രയോജനവും അതുകൊണ്ടു കിട്ടില്ല. ഇത്രയും മനസ്സിലാക്കിയ സ്ഥിതിക്ക് കഞ്ഞിക്കൊപ്പം എന്തൊക്കെ കഴിക്കരുത് എന്നുകൂടി ഓർമപ്പെടുത്തുന്ന ഒരു പഴഞ്ചൊല്ലിലേക്കു തിരിച്ചുപോകാം. "ഇഞ്ചിയിലക്കറി തൈരു തരിപ്പണം കഞ്ഞിയൊടഞ്ചുമിതന്തിക്കാക" എന്നതാണത്.

തരിപ്പണം എന്നുവെച്ചാൽ മലർപ്പൊടി. ഇഞ്ചിക്കറി, ഇലക്കറി, തൈര്, മലർപ്പൊടി എന്നിവയൊന്നും രാത്രിയിൽ കഞ്ഞിക്കൊപ്പം കഴിക്കാൻ പാടില്ല എന്നാണ് ഇതിനർത്ഥം. ഇഞ്ചി തീക്ഷ്ണ ഭക്ഷണമാണ്. വയർ എരിച്ചിലിനും മൂത്രം കൂടുതലായി ഉൽപാദിപ്പിക്കാനും ഇഞ്ചി ഇടയാക്കുമെന്നതിനാലാണു രാത്രിയിൽ അതൊഴിവാക്കണം എന്നു പറയുന്നത്.

ചീര തുടങ്ങിയ ഇലക്കറികളാകട്ടെ രാത്രിയിൽ ദഹിക്കാൻ പ്രയാസവുമാണ്. തൈര് കഫവർദ്ധനവിനു കാരണമാകും. അതു കഞ്ഞിക്കൊപ്പമല്ല എന്തിനൊപ്പമായാലും രാത്രി സമയത്തു ദോഷം ചെയ്യും.

ഗായകർ രാത്രിയിൽ തൈര് ഒഴിവാക്കുന്നതു ശബ്ദസൗകുമാര്യത്തെ വരെ അതു ബാധിക്കുമെന്നതിനാലാണ്. ആമാശയത്തെക്കൊണ്ടു കൂടുതൽ ജോലിചെയ്യിപ്പിക്കാനേ ഇത്തരം കൂട്ടുകറികൾ ഉപകരിക്കൂ. മലർക്കഞ്ഞി കുടിക്കുന്നതു പോലും രാത്രിയിൽ ഉത്തമമല്ലെന്നാണു വിദഗ്ധാഭിപ്രായം. സുഖനിദ്രയ്ക്കു ദഹിക്കാൻ പ്രയാസമുള്ളതൊന്നും കഴിച്ചുകൂടാ. അപ്പോൾ ഞാനിന്നു രാത്രി കഞ്ഞിയാണു കുടിച്ചതെന്നു പറഞ്ഞിട്ടു കാര്യമില്ല എന്നർത്ഥം. കഞ്ഞിക്കൊപ്പം എന്തൊക്കെയാണു കഴിച്ചത് എന്നതിനെ ആശ്രയിച്ചിരിക്കും നിങ്ങളുടെ സുഖനിദ്ര.

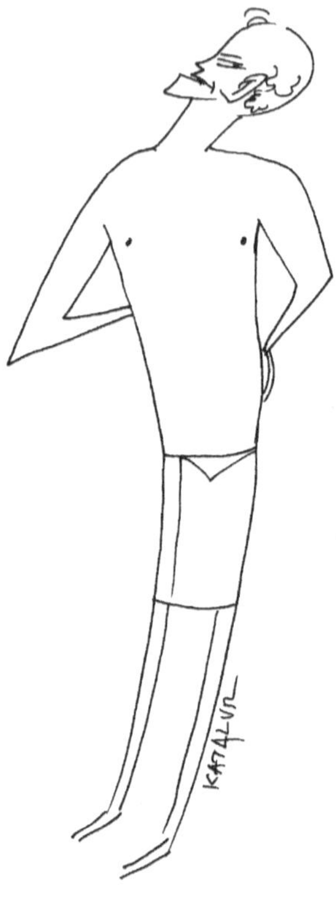

ഇളയപുറത്തേ വാതം കോച്ചൂ

ഇളയപുറത്തേ വാതം കോച്ചൂ എന്നത് ഒരു വാദത്തിനു വേണ്ടിയല്ലാതെ അംഗീകരിച്ചേ മതിയാവൂ. അതാകട്ടെ കൂട്ടത്തിൽ ജൂനിയറായ ആളെ സീനിയർ നോട്ടമിടുമ്പോൾ ഉച്ചരിക്കാവുന്ന പഴഞ്ചൊല്ലായി പ്രചരിച്ചു. മേലാകെ കുഴമ്പിട്ടു തടവുമ്പോഴുള്ള സുഖമാണ് ആ പഴഞ്ചൊല്ല് പറയുമ്പോൾ. കൂട്ടത്തിൽ ഇളയവനെയല്ലേ കളിയാക്കാനൊക്കൂ, ശരി നമ്മുടെ നേരെയായിക്കോ എന്ന മട്ടിൽ എവിടെയും കേൾക്കുന്നു ഈ വാതവാക്യം. ഇതിനു പിന്നിൽ വൈദ്യശാസ്ത്ര സംബന്ധിയായ വാസ്തവം ഒളിഞ്ഞിരിപ്പുണ്ട്. പിള്ളവാതം (പോളിയോ) തള്ളമാരെയല്ല പിള്ളമാരെ (കുട്ടികളെ)യാണല്ലോ പിടികൂടുന്നത്. ഇതും റുമാറ്റിക് ആർത്രൈറ്റിസ് അഥവാ സന്ധി

വാതവും കുട്ടിക്കാലം മുതലാണു കണ്ടുവരാറുള്ളതെന്നതിനാൽ ഈ പഴഞ്ചൊല്ലിൽ നേരുണ്ട്. വിറ്റമിൻ ഡി യുടെ കുറവുമൂലം കുട്ടികൾക്കു വളർച്ചക്കുറവ് ഉണ്ടാകാറുണ്ട്. കുട്ടികളിൽ എല്ലിന്റെ നീളം കുറയുന്ന തുൾപ്പെടെയുള്ള കണരോഗങ്ങൾ വാതത്തിന്റെ വകഭേദമാണ്. 'ഇളകിയ പുറത്തേ വാതം കോച്ചൂ എന്ന് ഈ പഴമൊഴി മൊഴിമാറ്റിപ്പറയാറുണ്ട്. ഏതെങ്കിലും വിധത്തിൽ ക്ഷതമേറ്റ ശരീരത്തു വാതപീഡയുണ്ടാകും എന്നാണ് ഇതിനർത്ഥം. ഇളവെയിലുകൊണ്ടാൽ ഇളയോനും കിളവനാകും എന്നു പറഞ്ഞപ്പോഴും നാം 'കിളത്തിയത്' ഇളയവനെത്തന്നെ. അപ്പോൾ മൂത്തവർ ചൊല്ലുന്നു അവർക്കും പഴഞ്ചൊല്ലുണ്ടെന്ന്. അത് അവർ ചൊല്ലുന്ന മുതുനെല്ലിക്കയുടെ കാര്യമാണ്. മൂത്തവർ ചൊല്ലും മുതുനെല്ലിക്ക ആദ്യം കയ്ക്കും പിന്നെ മധുരിക്കും.

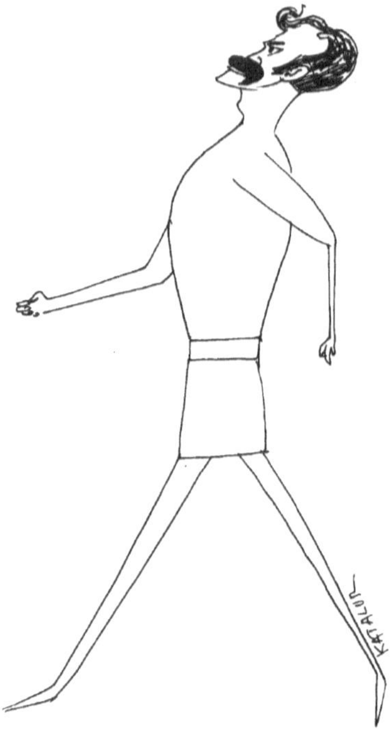

അത്താഴം കഴിഞ്ഞാൽ അരക്കാതം നടക്കണം

സായിപ്പിനെ കാണുമ്പോൾ കവാത്തു മറന്നാലും അത്താഴം കഴിഞ്ഞാൽ കവാത്തു മറക്കരുത്. മുത്താഴം കഴിഞ്ഞാൽ മുള്ളിൻ കെട്ടിന്മേലും കിടക്കണം എന്നും പഴമൊഴിയുണ്ട്. സാധാരണയായി അത്താഴം കഴിഞ്ഞാൽ നേരെ കിടക്കുകയാണ് പതിവ്. ഇതു ദഹന പ്രക്രിയയ്ക്ക് ചേർന്നതല്ല. ഒരു കാതം എന്നുവെച്ചാൽ അഞ്ചുമൈലാണ്. അരക്കാതം രണ്ടരമൈൽ, ഏതായാലും അത്രയും ദൂരം നടന്നു തടികേടാക്കേണ്ട. കുറച്ചു ദൂരം നടക്കാം. അത്താഴം കുശാലാവരുത് എന്നതിനാലാണ് അത്താഴം അത്തിപ്പഴത്തോളം എന്നു പറയുന്നത്. അത്താഴശേഷം ദഹനേന്ദ്രിയങ്ങൾക്കു ചലനം ആവശ്യമുണ്ട്. അവിടേക്കു കൂടുതൽ രക്തസഞ്ചാരം ക്രമീകൃതമാവാനാണിത്. ഭക്ഷണം ദഹിച്ച ശേഷമേ കിടക്കാവൂ. അതിനു നടപ്പു

സഹായിക്കും. കിടക്കാൻ നേരം ഒരു ഗ്ലാസ് വെള്ളം കുടിക്കണം. അത്താഴത്തിനു മുമ്പു നടക്കാം, നടക്കാതിരിക്കാം. അത്താഴത്തിനു ശേഷം ഒന്നിനെക്കുറിച്ചും ആലോചിക്കരുത്, അത്താഴത്തെക്കുറിച്ചു പോലും. ഭാരിച്ച ഭക്ഷണം മാത്രമല്ല ഭാരിച്ച ചിന്തയും അപ്പോൾ വേണ്ട.

മുത്താഴം എന്നാൽ ഉച്ചയൂണ്. ഉച്ചയൂണു കഴിഞ്ഞാൽ ചെറുവിശ്രമമാവാം. ഒരു വിശ്രമവുമില്ലാതെ രാത്രി വരെ പണിയെടുക്കേണ്ടവരാണല്ലോ പലരും. ഉച്ചഭക്ഷണം കഴിഞ്ഞാൽ ദഹനേന്ദ്രിയങ്ങളിലേക്കു കൂടുതൽ രക്തം തിരിച്ചു വിടേണ്ടതുണ്ട്. എങ്കിലേ ദഹനപ്രക്രിയ പൂർണമാവൂ. ഈ സമയം കൂടുതൽ നടന്നാൽ രക്തം പല വഴിക്കു പോകും. അതു നന്നല്ല. യൂറോപ്യൻ രാജ്യങ്ങളിൽ ഉച്ചഭക്ഷണശേഷം ഓഫീസുകളിലൊക്കെ വിശ്രമം പതിവാണ്. ഇതിനെ സിയസ്റ്റ സമ്പ്രദായം എന്നു പറയുന്നു. ആ സമയത്തു ഓഫീസുകളിലെ വിളക്കുകൾ കെടുത്തിക്കൊടുക്കാറുമുണ്ട്.

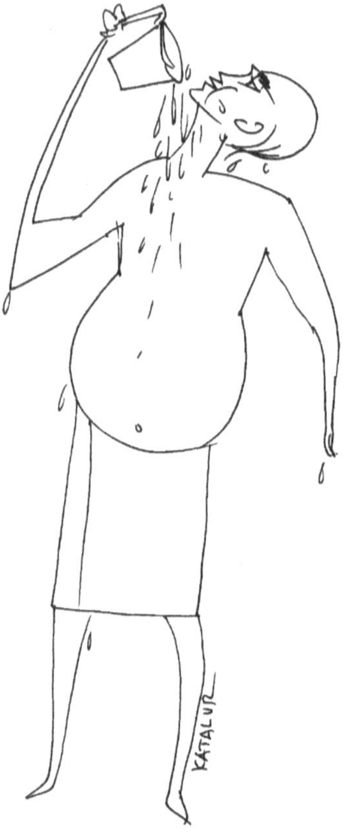

ഉണ്ടാലുടനെ കുളിച്ചവനെ
കണ്ടാലുടനെ കുളിക്കണം

ഭക്ഷണം കഴിച്ചയുടനെ ശരീരത്തിന്റെ താപനില ഉയരും. ദഹനപ്രക്രിയയ്ക്ക് വേണ്ടിയാണ് ശരീരം ചൂടാവുന്നത്. അപ്പോൾ വെള്ളം കോരിയൊഴിക്കുന്നത് നന്നല്ല എന്നതാണ് ഉണ്ടാലുടനെ കുളിച്ചവനെ കണ്ടാലുടനെ കുളിക്കണം എന്ന പഴമൊഴിയുടെ സാരം. ഊണ് കഴിച്ചാലുടനെ കുറച്ചു ദൂരം നടക്കാം. അൽപ്പനേരം വിശ്രമിച്ചാലും തെറ്റില്ല. എന്നാൽ ഊണു കഴിച്ചാലുടൻ കുളിച്ചാൽ അത് ദഹനപ്രക്രിയയെ തകരാറിലാക്കും.

ശരീരം വൃത്തിയാക്കിയ ശേഷം വേണം ഭക്ഷണം കഴിക്കാൻ. അല്ലാതെ ഭക്ഷണം കഴിച്ചശേഷം ശരീരം വൃത്തിയാക്കരുതെന്ന സന്ദേശവും ഈ പഴമൊഴി നൽകുന്നു.

ഊണു കഴിച്ച് ഒരു മണിക്കൂറിനു ശേഷം കുളിക്കണമെങ്കിൽ ആവാം. ഇത്രയും പറഞ്ഞ സ്ഥിതിക്ക് ഊണ് എപ്പോൾ കഴിക്കാമെന്നതുകൂടി ശ്രദ്ധിക്കാം. ഒരു നേരത്തെ ഭക്ഷണമേ കഴിക്കാവൂ എന്ന് പണ്ട് പറഞ്ഞിരുന്നത് ഊണ് ഒരു നേരമേ ആകാവൂ എന്ന അർത്ഥത്തിലാണ്. അത് രാവിലെ പതിനൊന്ന് പതിനൊന്നര മണിയോടെ കഴിക്കുന്നതായിരുന്നു പഴമക്കാരുടെ ശീലം. അതിനുശേഷം പാനീയങ്ങളോ ലഘുഭക്ഷണമോ ആവാം എന്നു മാത്രം.

ഏതായാലും ഊണ് കഴിഞ്ഞാൽ രണ്ടാമത്തെ ഭക്ഷണം അസ്തമയത്തിനു ശേഷം അരുത്. വൈകിട്ട് അഞ്ചര. ആറു മണിക്കുള്ളിലായാൽ ഉത്തമം. ആയുർവേദപ്രകാരം എല്ലാ രോഗങ്ങളുടെയും ഉദ്ഭവം ആമാശയാശ്രിതമാണ്. അതുകൊണ്ടു തന്നെ ഭക്ഷണവേളയ്ക്കു പ്രാധാന്യമുണ്ട്. ഭക്ഷണം കഴിച്ചാലുടൻ കുളിച്ചാൽ അത് ജഠരാഗ്നിയെ (ദഹനശേഷിയെ) മന്ദീഭവിപ്പിക്കും. ഭക്ഷണം ദഹിച്ചില്ലെങ്കിൽ ശരീരം ആമാവസ്ഥയെ പ്രാപിക്കാം. അഷ്ടാംഗഹൃദയത്തിലെ സ്വസ്ഥവൃത്തത്തിൽ സ്നാനം അഗ്നിദീപ്തിയെ അതായത് വിശപ്പിനെ വർദ്ധിപ്പിക്കും, ആയുസ്സ് കൂട്ടും, ശരീരത്തിന് ഊർജം നൽകും എന്നു പറയുന്നു. കുളി രാവിലെ ഭക്ഷണത്തിനു മുമ്പ് തന്നെ വേണമെന്നാണല്ലോ ഇതിൽ നിന്നു മനസ്സിലാക്കേണ്ടത്.

ചുക്കില്ലാത്ത കഷായമില്ല

ഒരു ചുക്കുമറിയില്ലെങ്കിലും ഏതുകാര്യത്തിലും തലയിടുന്ന ചിലരുണ്ട്. വി.കെ. എൻ സ്റ്റൈലിൽ പറഞ്ഞാൽ എന്തിലും 'ഇടപെട്ടളയും ഞാൻ' എന്ന മട്ടിൽ നടക്കുന്നവർ. ഒരു ചുക്കുകാപ്പി കുടിച്ച സുഖമാണ് അവർക്ക് സകല കാര്യത്തിലും തലയിടുമ്പോൾ. ചുക്കില്ലാത്ത കഷായമില്ല എന്നു പറയുമ്പോൾ നാം ഇത്തരക്കാരെ മാത്രമല്ല ചുക്കിനെക്കൂടിയാണ് കൊച്ചാക്കുന്നത്. എന്തെന്നാൽ ചുക്ക് കഷായക്കലത്തിൽ വലിഞ്ഞുകയറി വന്നതല്ല. മറിച്ച് കഷായത്തിലെ അത്യന്താപേക്ഷിത ഘടകമാണ്.

ഏതു രോഗത്തിന്റെയും പൊതു അവസ്ഥകളാണ് വിശപ്പില്ലായ്മയും ദഹനക്കുറവും. ഇവ നേരെയാക്കാൻ ചുക്കിനു പ്രത്യേക കഴിവുണ്ട്. രോഗിക്ക് ആരോഗ്യം വീണ്ടു കിട്ടാനുള്ള പ്രധാന വഴിയാണ് എന്നതിനാലാണ് എല്ലാ കഷായയോഗങ്ങളിലും ചുക്ക് ചേർക്കുന്നത്.

അരിഷ്ടാസവങ്ങളിലും ലേഹ്യങ്ങളിലും ഘൃതങ്ങളിലുമൊക്കെ ചുക്കിന് പ്രധാന പങ്കുണ്ട്. വെറുതെയല്ല ചുക്കിന്റെ സംസ്കൃത നാമം 'മഹൗഷധി' എന്നായത്. മല്ലിയും ചുക്കും ചേർത്തുണ്ടാക്കുന്ന കഷായം ദീപനകരമാണ്. ഇതോടൊപ്പം ആവണക്കെണ്ണ കൂടി ചേർത്ത് സേവിച്ചാൽ വാതവേദന മാറും.

ചുക്കും തഴുതാമവേരും അരച്ചു സേവിച്ചാൽ നീരുമാറും. ഒരു ഗ്രാം ചുക്കുപൊടി തേനിൽ ദിവസവും മൂന്നുനേരം സേവിച്ചാൽ ഇക്കിൾ ശമിക്കും. ചുക്ക്, അതിനിരട്ടി വറുത്ത എള്ള്, ഇവ രണ്ടും ചേർന്നതിന്റെ ഇരട്ടി ശർക്കര ഇവയെല്ലാം കൂടി നല്ലതുപോലെ ഇടിച്ച് നെല്ലിക്കാ വലിപ്പത്തിൽ ഉരുട്ടി ദിവസേന രണ്ടുനേരം കഴിച്ചാൽ ചുമയും അജീർണ്ണവും മാറും.

എന്നാൽ അനീമിയ, രക്തപിത്തം, മൂത്രതടസ്സം തുടങ്ങിയ രോഗങ്ങൾക്ക് ചുക്കുചേർത്ത ഔഷധങ്ങൾ നല്കില്ല.

അവനെ ഒരു ചുക്കിനും കൊള്ളില്ല എന്നു പറയുമ്പോൾ നമ്മുടെ വിചാരം ചുക്ക് മോശക്കാരനാണെന്നാണ്. നന്നായി വിളഞ്ഞതും കേടില്ലാത്തതുമായ ഇഞ്ചി മാത്രമേ ചുക്കിന് എടുക്കാറുള്ളൂ.

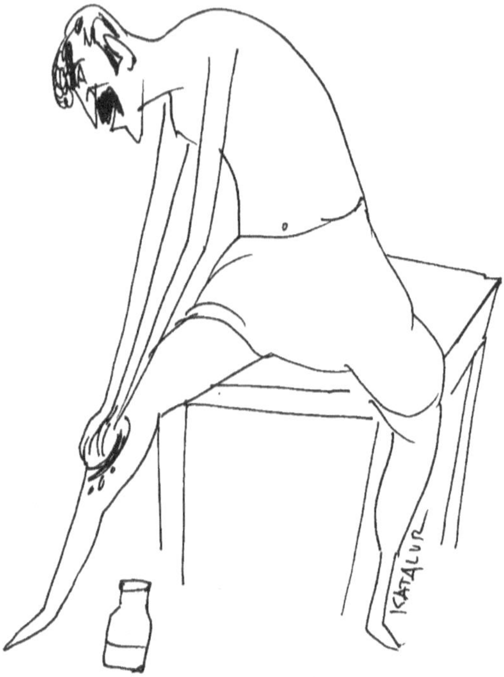

വേപ്പെണ്ണയും ആപത്തിനുതകും

കുളികഴിഞ്ഞു വരുമ്പോൾ തലയിൽ തിരുമ്മാൻ രാസ്നാദി ചൂർണ്ണം, ഉളുക്കിനും ശരീരവേദനയ്ക്കും കൊട്ടൻ ചുക്കാദി തൈലം. വീട്ടിൽ ഇവയ്ക്കൊപ്പം ഒരു ചെറിയ കുപ്പി വേപ്പെണ്ണ കൂടി കരുതിയാൽ ആപത്തിന് ഉപകരിക്കും. ആപത്തിനുതകുന്നവനാണ് യഥാർത്ഥ സുഹൃത്ത്. അപ്പോൾ വേപ്പെണ്ണ യഥാർത്ഥ സുഹൃത്ത് തന്നെ.

വേപ്പിൻ കുരു ആട്ടിയെടുക്കുന്നതാണ് വേപ്പെണ്ണ. വാതവേദന, ഉളുക്ക്, കടച്ചിൽ എന്നിവ ശമിക്കാൻ വേപ്പെണ്ണ ചൂടാക്കി തിരുമ്മുന്നത് നല്ലതാണ്.

വേപ്പിൻ തൊലി അരച്ച് വേപ്പെണ്ണയിൽ ചാലിച്ച് വച്ചുകെട്ടിയാൽ കുഴി നഖം ശമിക്കും. വളർത്തു മൃഗങ്ങളുടെ ത്വക്രോഗങ്ങൾ മാറാൻ വേപ്പെണ്ണ ഒരു മാസം പുരട്ടിയാൽ മതി.

വിഷജന്തുക്കൾ കടിച്ച ഭാഗത്ത് വേപ്പിലയും മഞ്ഞളും അരച്ചുപുരട്ടി യാൽ വിഷം ശമിക്കും. വേപ്പിലയും തൊലിയും ചേർത്തുണ്ടാക്കുന്ന കഷായം വ്രണം കഴുകാൻ നല്ലതാണ്. ആര്യവേപ്പില, അമൃത്, നെല്ലിക്ക എന്നിവ ചതച്ചു പിഴിഞ്ഞ നീര് സമമായി ചേർത്ത് മഞ്ഞൾപൊടി കൂട്ടി ച്ചേർത്ത് ഇളക്കി നിത്യവും രാവിലെ വെറും വയറ്റിൽ സേവിച്ചാൽ പ്രമേഹം വഴിമാറും.

പാവങ്ങളുടെ എയർകണ്ടീഷണറാണ് ആര്യവേപ്പ്. പക്ഷേ അത് എത്ര പേർ മനസ്സിലാക്കുന്നുണ്ട് എന്നതാണ് സംശയം. ഒരു വേപ്പുമരം വീട്ടിലു ണ്ടെങ്കിൽ അത് പത്ത് എയർകണ്ടീഷണർക്ക് തുല്യമാണെന്നാണ് പറയാറ്. അത്രമാത്രം തണുപ്പ് നൽകാനുള്ള കഴിവ് വേപ്പിനുണ്ട്. ഇലകൾ കയ്ക്കു മെങ്കിലെന്ത് മധുരോദാരമായ എന്തെല്ലാം സഹായങ്ങളാണ് ആര്യവേപ്പിനെ ക്കൊണ്ടുള്ളത്. വേപ്പെണ്ണയും വേപ്പ് മരവുമൊക്കെയായി വീട്ടിൽ കുറച്ച് 'വേപ്പാധിപത്യമായാലും' തെറ്റില്ല.

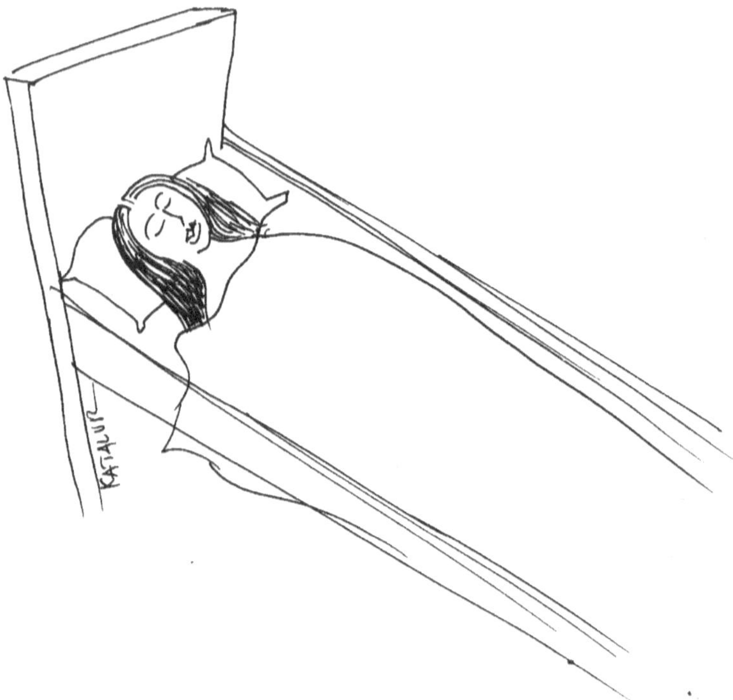

ആവാം തെക്കോട്ട് അരുത് വടക്കോട്ട്
നന്ന് കിഴക്കോട്ട് നന്നല്ല പടിഞ്ഞാട്ട്

തെക്കു വടക്കു തേരാപ്പാര നടക്കരുതെന്നു പറയും. അപ്പോൾ കിടക്കുന്നവരുടെ കാര്യമോ? കിടപ്പിന്റെ കാര്യത്തിൽ ദിശാസംബന്ധിയായ ചില നിഷ്ഠകൾ വച്ചില്ലെങ്കിൽ ആരോഗ്യം അവതാളത്തിലാവുമെന്ന് സൂചിപ്പിക്കുന്ന പഴഞ്ചൊല്ലാണിത്. ഭൂമിയുടെ കാന്തിക ദിശ വടക്കോട്ടാണ്. വടക്കു നോക്കിയന്ത്രം ഏതു നേരവും വടക്കോട്ടുനോക്കിയിരിക്കുന്നത് അതുകൊണ്ടാണല്ലോ. അപ്പോൾ വടക്ക് തലവെച്ചു കിടക്കരുത്. കാരണം രക്തത്തിലെ ഇരുമ്പിന്റെ അംശം തലയിലേക്ക് ആകർഷിക്കപ്പെടും.

ആരോഗ്യത്തിന് അത് ഹാനികരമാണ്. വടക്ക് കാന്തം വെച്ചാൽ അടുത്തുള്ള ഇരുമ്പിന് അങ്ങോട്ടു പോവാനുള്ള പ്രവണതയുണ്ടാകുമല്ലോ. അതു പോലെത്തന്നെയാണ് ഇക്കാര്യവും. തെക്കോട്ടു തലവെച്ചു കിടന്നാൽ അത്ര കുഴപ്പമില്ല. ശരീരത്തിലെ ഇരുമ്പിന്റെ അംശം കാലിലേക്ക് പ്രവഹിക്കുമെന്നേയുള്ളൂ. എങ്കിലും ഇതും ശരീരത്തിനു പൂർണ്ണമായും നല്ലതല്ല. അതുകൊണ്ട് കിഴക്കോട്ട് തലവെച്ചു കിടക്കുന്നതാണ് ഉത്തമം. അപ്പോൾ മസ്തിഷ്കത്തിലെ വൈദ്യുത തരംഗങ്ങൾ ഉത്തേജിപ്പിക്കപ്പെടും. ബീറ്റാ തരംഗങ്ങൾക്കു ശക്തി കൂടും.

ഹൃദയമിടിപ്പും ശ്വാസോച്ഛ്വാസവുമുൾപ്പെടെ നിരവധി കാര്യങ്ങൾ നടക്കേണ്ടതിനാൽ ഉറക്കത്തിലും മസ്തിഷ്കം സജീവമായി പ്രവർത്തിക്കേണ്ടതുണ്ട്. തെറ്റായ ദിശയിൽ കിടന്നാൽ ശരീരത്തിലെ വിദ്യുത്കാന്തികശക്തി നിർജ്ജീവമാകും. പടിഞ്ഞാറോട്ടു തലവെച്ചു കിടന്നാലും ആരോഗ്യത്തിനു ഹാനികരം തന്നെ. ദിവസത്തിന്റെ ആരംഭം കിഴക്കു നിന്നാണല്ലോ. സൂര്യനെ നമസ്കരിക്കുന്നതും കിഴക്കോട്ടു തിരിഞ്ഞാണല്ലോ. അതുകൊണ്ട് കിഴക്കോട്ടു തന്നെ തലവെച്ചു കിടക്കുക, തലതിരിഞ്ഞവരാകാതിരിക്കുക.

മോരും മുതിരയും ചേരില്ല

വിരുദ്ധാഹാരങ്ങളെക്കുറിച്ചുള്ള പഴമൊഴിയാണ് മോരും മുതിരയും ചേരില്ല എന്നത്. ശരീരത്തിന് ദോഷം ചെയ്യുന്ന വേറെയും വിരുദ്ധാഹാരങ്ങളുണ്ട്. മോരും മീനും ചേരില്ല. ഇത് അറിഞ്ഞുകൊണ്ടുതന്നെ ചിലർ ഉച്ചയൂണിന് മോരിനൊപ്പം മീൻ കഴിക്കാറുണ്ട്.

ഒരു ദിവസം കൊണ്ട് ഇവ ശരീരത്തെ ദോഷകരമായി ബാധിക്കണമെന്നില്ല. ഇത്തരം വിരുദ്ധാഹാരങ്ങൾ പതിവാക്കുന്നത് ശരീരത്തിന് ഭാവിയിൽ ഹാനികരമായിത്തീരും. നെയ്യും തേനും തമ്മിൽ ചേരില്ല. ഇനി അഥവാ രണ്ടും ഒരുമിച്ചു കഴിക്കേണ്ടി വന്നാൽ തുല്യ അളവിലാവരുത്.

നെയ്യ് തേനിനെക്കാൾ കൂടുതലോ കുറഞ്ഞ അളവിലോ വേണം കഴിക്കാൻ. മത്സ്യത്തിനൊപ്പം ഉഴുന്ന്, പാൽ, തേൻ, മുളപ്പിച്ച ധാന്യം എന്നിവ കഴിക്കുന്നതും ഹാനികരമത്രേ. അതുപോലെ പാലും പുളിരസമുള്ള ഭക്ഷണവും ചേർത്ത് കഴിക്കരുത്.

പച്ചക്കറി കഴിച്ചതിനു പുറമെ പാൽ കുടിക്കുന്നതും എപ്പോഴും ശരീരത്തിന് ഇണങ്ങണം എന്നില്ല. കോഴിയിറച്ചിയും തൈരും ചേർത്തു കഴിക്കാൻ പാടില്ല. മോരോ തൈരോ വാഴപ്പഴത്തിനൊപ്പം ഉപയോഗിച്ചാലും ശരീരം അതിനെതിരെ പ്രതികരിച്ചേക്കാം. ഞണ്ടുകറിക്കൊപ്പം തൈര് കഴിച്ചാൽ നിർത്താതെ ഛർദ്ദിക്കുമെന്നു പഴമക്കാർ പറയുന്നതും വെറുതെയല്ല. പുതിയ തലമുറയിൽ പെട്ടവർക്ക് മുതിര അത്ര പരിചിതമായ ധാന്യമല്ല. ദുഷ്ടരക്തം പൊട്ടി പുറത്തു പോകാൻ അർശസ് രോഗികൾ വേവിച്ച മുതിര കഴിക്കുന്നത് നല്ലതാണ്. ഇക്കൂട്ടർ മുതിര വേവിച്ച വെള്ളം കുടിക്കുന്നതും നല്ലതാണ്.

പുരികത്തിനു
മഷിയിട്ടാൽ കണ്ണിനഴക്

മുറ്റം വൃത്തിയായി സൂക്ഷിച്ചാൽ ഐശ്വര്യം വീടിനാകെയാണല്ലോ. കണ്ണെഴുതിയാൽ പുരികത്തിനല്ല, കണ്ണിനാകെ ഭംഗിയുണ്ടാകും എന്ന അർത്ഥത്തിലാണ് പുരികത്തിനു മഷിയിട്ടാൽ കണ്ണിനഴക് എന്നു പറയുന്നത്. പതിവായി കണ്ണെഴുതേണ്ടതിനെക്കുറിച്ച് ഈ പഴമൊഴി ഓർമ്മിപ്പിക്കുന്നു. കണ്ണും കൺപീലികളും പുരികവും കൂടിച്ചേരുമ്പോഴാണ് കണ്ണിനഴകുണ്ടാകുന്നത്. കൺപോളകൾ, പീലികൾ, അവയുടെ കൃത്യമായ അടഞ്ഞുതുറക്കൽ തുടങ്ങിയവ നേത്രഗോളങ്ങളെ സംരക്ഷിക്കുന്നു.

കണ്ണിന്റെ സംരക്ഷണത്തിന് ആയുർവ്വേദം അനുശാസിക്കുന്ന ഔഷധങ്ങളാണ് രസാഞ്ജനവും സൗവീരാഞ്ജനവും. സൾഫൈഡ് ഓഫ് ലെഡ് അഥവാ സുറുമ തന്നെയാണ് സൗവീരാഞ്ജനം. ഇതെഴുതിയാൽ കണ്ണിനു നല്ല കാഴ്ച, സ്നിഗ്ദ്ധത, ഇടതൂർന്ന ഇമകൾ എന്നിവയുണ്ടാകും. കണ്ണിന് കാറ്റും വെയിലും സഹിക്കാനുള്ള ശക്തി കിട്ടാൻ സുറുമയെഴുതുന്നത് നല്ലതാണ്. കണ്ണിന്റെ ചൊറിച്ചിൽ, ചൂട്, വേണ്ടാത്ത ജലസാന്നിദ്ധ്യം, വേദന ഇവ ശമിക്കാനും സുറുമയെഴുതുന്നത് സഹായിക്കും. കഫത്തിന്റെ ആധിക്യമാണ് കണ്ണിലെ തേജസ്സ് കുറയ്ക്കുന്നത്. ആഴ്ചയിലൊരിക്കൽ രസാഞ്ജനം കണ്ണിലെഴുതാം. മരമഞ്ഞൾത്തൊലി കഷായം വെച്ചാണ് രസാഞ്ജനം തയ്യാറാക്കുന്നത്. പക്ഷേ ഉറക്കമിളച്ചവർ, ഛർദ്ദിച്ചവർ, ഭക്ഷണം വയറു നിറയെ കഴിച്ചവർ, പനി വന്നവർ ഇവരൊന്നും തൊട്ടുപിന്നാലെ രസാഞ്ജനം എഴുതുന്നത് ഉത്തമമല്ല.

വീട്ടിൽ തയ്യാറാക്കുന്ന കൺമഷി പന്ത്രണ്ടു വർഷമെങ്കിലും പഴക്കമുള്ള നെയ്യിൽ ചാലിച്ചെഴുതാം. പന്ത്രണ്ടു വർഷം പഴക്കമുള്ള നെയ്യ് പണ്ടൊരു അപൂർവ്വകാര്യമായിരുന്നില്ല. പശുവിനെ വളർത്തുന്ന വീടുകളിൽ മുത്തശ്ശിമാർ പഴക്കം ചെന്ന നെയ്യ് കേടാകാതെ സൂക്ഷിച്ചിരുന്നു. അല്ലെങ്കിൽ അത്രയും തന്നെ പഴക്കമുള്ള തേനിൽ ചാലിച്ച് കണ്ണിലെഴുതിയാലും മതി.

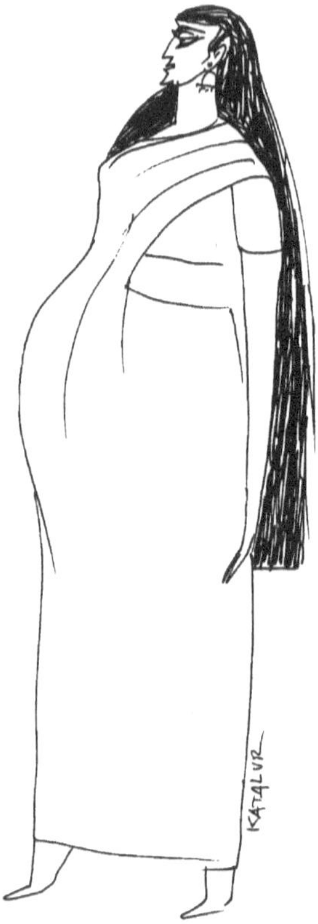

ആയിരം കുറുന്തോട്ടി പറിച്ചാൽ അയലറിയാതെ പെറാം

പണ്ടത്തെ വയറ്റോളജിസ്റ്റുകളുടെ സംഭാവനയാവാം 'ആയിരം കുറുന്തോട്ടി പറിച്ചാൽ അയലറിയാതെ പെറാം' എന്ന പഴമൊഴി. വയറ്റോളജിസ്റ്റുകൾ എന്നാൽ വയറ്റാട്ടി പെണ്ണുങ്ങൾ. പ്രസവം എളുപ്പമാക്കാൻ അവർ നാട്ടറിവുകൾ പ്രയോജനപ്പെടുത്തി. ആയിരം ഗുളിക അകത്തു ചെല്ലണം എന്ന് ആധുനിക വൈദ്യശാസ്ത്രം പറയുമ്പോൾ പഴമൊഴിയിൽ ആയിരം കുറുന്തോട്ടി എന്നാണ്. ആയിരം കുറുന്തോട്ടി അകത്തു ചെന്നാൽ 'ആവൂ' എന്നു പറയുമ്പോഴേക്കും പ്രസവിക്കും എന്ന് പഴമൊഴിക്ക് വകഭേദമുണ്ട്.

ആയുർവേദ പ്രകാരം ശരീരത്തിലെ പ്രധാനപ്പെട്ട വായുക്കളിൽ ഒന്നായ അപാനന്റെ പ്രവൃത്തിയാണ് ഗർഭ നിഷ്ക്രമണം. അപാനന്റെ സഞ്ചാരത്തെ നിയന്ത്രിക്കാൻ കുറുന്തോട്ടിക്ക് വലിയ കഴിവുണ്ട്. ഗർഭകാലമായ ഒമ്പതു മാസത്തിനും ഒൻപത് ദിവസത്തിനുമുള്ളിൽ, (ഏകദേശം 280 ദിവസം) ആയിരം കുറുന്തോട്ടി കഴിച്ചാൽ സുഖപ്രസവം ഉറപ്പ്. ദിവസം നാലു കുറുന്തോട്ടി വേര് (ഏകദേശം 24 ഗ്രാം), 16 ഗ്രാം ജീരകം, 8 ഗ്രാം ചുക്ക് എന്നിവ 768 മില്ലി വെള്ളത്തിൽ കഷായം വെച്ച് കുറുക്കി നാലിൽ ഒരു ഭാഗമാക്കി അരിച്ചു കുറുക്കി 80 മില്ലി ആക്കി വറ്റിച്ചെടുക്കണം. ഇതിൽ നിന്നും 40 മില്ലി വീതം രാവിലെയും വൈകിട്ടും ധാന്വന്തരം ഗുളിക മേമ്പൊടി ചേർത്ത് സേവിച്ചാൽ പ്രസവം സുഖകരമാകും. നയോപായം കഷായം എന്ന പേരിൽ ഇത് ലഭ്യമാണ്.

ആദ്യ ഒരു മാസത്തിനുശേഷമുള്ള കാലയളവിലാണ് പൊതുവെ ഗർഭകാല പരിചരണം. നാലു കുറുന്തോട്ടി വീതം 240 ദിവസം എന്ന കണക്കിൽ 960 കുറുന്തോട്ടി വേര് എങ്കിലും ഉള്ളിൽ ചെല്ലണം.

കുറുന്തോട്ടി കഴിച്ചാൽ പ്രസവശേഷം വയർ ചാടില്ല. അത് വായു സഞ്ചാരം നിയന്ത്രിക്കും. പണ്ട് പത്തും പന്ത്രണ്ടും പ്രസവിച്ചാൽ പോലും വയർ ചാടാതിരുന്നതിന്റെ കാരണവും ഇതുതന്നെ.

ദൈവം പാതി
കുറുന്തോട്ടി പാതി

ഗുരുവായൂരപ്പനെ സേവിക്കയും വേണം കുറുന്തോട്ടി പറിക്കയും വേണം. രോഗശമനത്തിനു ദൈവത്തെ വിളിച്ചതുകൊണ്ടു മാത്രമായില്ല. മരുന്നു കഴിക്കുകയും വേണം എന്നത്രേ ഈ പഴഞ്ചൊല്ലിന്റെ സാരം. ഏതൊന്നിനും താൻ പാതി ദൈവം പാതി എന്നു പറയുന്നതാണ് പഴമൊഴികൊണ്ട് അർത്ഥമാക്കുന്നത്. ദൈവം വിചാരിച്ചാൽ എല്ലാം സാധിക്കുമെന്നു കരുതി മടിച്ചിരുന്നാലോ തന്നെക്കൊണ്ടു കഴിയാത്തതായി യാതൊന്നുമില്ലെന്ന്

അഹങ്കരിച്ചാലോ രോഗശമനത്തിനെന്നല്ല ഒരു കാര്യത്തിനും നീക്കു പോക്കുണ്ടാവില്ല. 'ചരക്ക് മിടുക്ക് പാതി' എന്ന പഴമൊഴിയും ഏതാണ്ടി ങ്ങനെ വ്യാഖ്യാനിക്കാം. കടയിലെ സാധനം നന്നായതുകൊണ്ടു മാത്രമാ യില്ല അതു വിറ്റഴിക്കുന്നതിൽ കച്ചവടക്കാരനു മിടുക്കും വേണം എന്നത്രേ ഇതിനർത്ഥം. God helps those who help themselves എന്ന ഇംഗ്ലീഷ് പഴമൊ ഴിയും ഇതിനു സമാനമായുണ്ട്. കുറുന്തോട്ടി കഥാപാത്രമാവുന്ന മറ്റൊരു പഴമൊഴിയാണ് കുറുന്തോട്ടിക്കു വാതമോ എന്നത്. കുറുന്തോട്ടി വാത ത്തിന് അത്യുത്തമമായ ചെടിയാണ്. അതിനു വാതം പിടിച്ചാലുള്ള സ്ഥിതി യെന്താവും?

കളി നമ്മളോടു വേണ്ട എന്നത്രേ അതിനർത്ഥം. ബ്രഹ്മാവിന് ആയു സ്സിനു പഞ്ഞമോ എന്നു ചോദിക്കുമ്പോഴും വാതം പിടിക്കാത്ത കുറുന്തോ ട്ടിയെയും ടിക്കറ്റു വേണ്ടാത്ത ചെക്കറെയും നാം ഓർത്തുപോകും.

മക്കളെ വിറ്റും മകമുണ്ണണം

കാണം വിറ്റും ഓണമുണ്ണാമെങ്കിൽ മക്കളെ വിറ്റും മകമുണ്ണണമെന്ന് പറയാറുണ്ട്. ചിങ്ങത്തിലെ തിരുവോണം കഴിഞ്ഞ് വരുന്ന കന്നിയിലെ മകം നാൾ ഐശ്വര്യദേവതയായ നെല്ലിന്റെ പിറന്നാളാണ് എന്നൊരു നാട്ടുമനസ്സുണ്ട്. ഓണം പോലെ തന്നെ മകവും ആഘോഷിക്കുന്ന രീതി പാലക്കാട്ടെ ചില കർഷകസമൂഹങ്ങളിൽ ഇപ്പോഴും ഉണ്ട്. മകമണഞ്ഞേ സുഖമണയൂ എന്നു പറയുന്നത് ഇതിനാലാണ്. മകം നാളിൽ മുറ്റത്ത് പൂക്കളമൊരുക്കി മഹാബലിയുടെ മകനായ മകത്തടിയന്റെ രൂപം മുറ്റത്ത് അരിമാവു കൊണ്ട് വരച്ച് അണിയിച്ചൊരുക്കിയാലേ സന്തോഷമുണ്ടാവൂ എന്നാണ് വിശ്വാസം. പാലക്കാട്ടെ ചില കർഷക കുടുംബങ്ങളിൽ മകത്തിന് ഇന്നും തിരുവോണത്തിന്റെ പകിട്ടുണ്ട്. ഓണസദ്യയുടെ വട്ടങ്ങളെല്ലാം മകത്തിനുമുണ്ടാവും. കാലികളെ അണിയിച്ചൊരുക്കും. കുടിയാന്മാർക്ക് മകക്കാഴ്ച കൊടുക്കും.

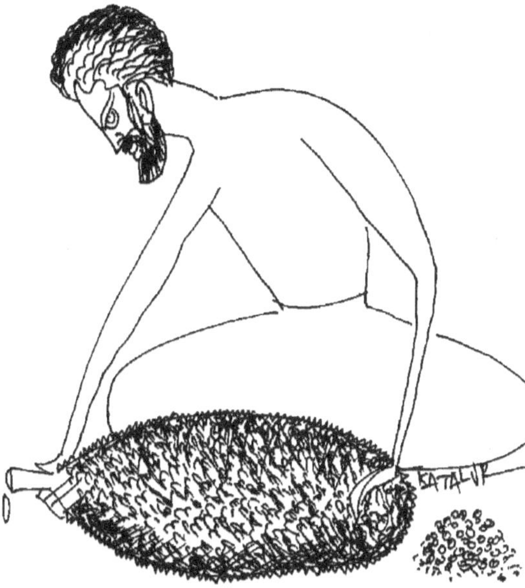

ഇരിക്ക വരിക്ക കൂർക്ക

മൂലക്കുരുവിനെ സംബന്ധിക്കുന്ന പഴമൊഴിയാണിത്. മണിക്കൂറുകളോളം ഇരിക്കുന്നതും വരിക്കച്ചക്ക, കൂർക്കക്കിഴങ്ങ് എന്നിവ പതിവായി കഴിക്കുന്നതും മൂലക്കുരു കലശലാക്കും എന്നത്രേ പഴമൊഴിയിൽ പറയുന്നത്. ഒരേ ഇരിപ്പ് തുടരുമ്പോൾ ഗുദഭാഗത്ത് ഉണ്ടാവുന്ന സമ്മർദവും രക്ത സഞ്ചാരത്തിനുണ്ടാവുന്ന തടസ്സവും അർശസ് കൂടാൻ കാരണമാവും. വരിക്കച്ചക്കയിലും കൂർക്കക്കിഴങ്ങിലും ജലാംശം കുറവാണ്. ഇത് മലബന്ധത്തിന് കാരണമാവും.അത് പതിവാകുമ്പോൾ മൂലക്കുരു വരാൻ സാധ്യതയുണ്ട്. മലബന്ധം ഉണ്ടാക്കുന്നതും ദഹിക്കാൻ പ്രയാസമുള്ളതുമായ ആഹാരപദാർത്ഥങ്ങൾ (ഉദാഹരണത്തിന് ഉരുളക്കിഴങ്ങ്, ചേമ്പ്, മൽസ്യം, മാംസം, കോഴിമുട്ട തുടങ്ങിയവ) അർശസ് രോഗികൾ ഒഴിവാക്കിയാൽ നന്ന്. ഇലക്കറികൾ, പച്ചക്കറി, പഴവർഗങ്ങൾ എന്നിവ ധാരാളം കഴിക്കണം. മോര് കുടിക്കുന്നതു നന്ന്. എരിവ്, പുളി, മസാല ചേർന്ന ഭക്ഷണം, അച്ചാർ എന്നിവ കുറയ്ക്കണം. ജലാംശം കൂടുതലുള്ള ഭക്ഷണം ഇത്തരക്കാർക്ക് നല്ലതാണ്.

www.ingramcontent.com/pod-product-compliance
Lightning Source LLC
LaVergne TN
LVHW060456051026
849518LV00002B/782
* 9 7 8 8 1 8 4 2 3 4 4 8 0 *